மந்தமாருதம்

நலங்கிள்ளி

டிஸ்கவரி பப்ளிகேஷன்ஸ்
எண்: 9, பிளாட் எண்: 1080A, ரோஹிணி பிளாட்ஸ்
முனுசாமி சாலை, கே.கே.நகர் மேற்கு,
சென்னை - 600 078. பேச: 99404 46650

வெளியீட்டு எண்: 0279

மந்தமாருதம் (சிறுகதை)
ஆசிரியர்: நலங்கிள்ளி©

Manthamarudham (Short story)
Author: Nalangilli ©
Print in India

1st Edition : Dec - 2023
ISBN No : 978-81-19541-93-5
Pages - 112
Rs - 150

Publisher • *Sales Rights*

Discovery Publications
No. 9, Plot,1080A, Rohini Flats,
Munusamy Salai,
K.K.Nagar West, Chennai - 78.
Tamilnadu, India.
Mobile: +91 99404 46650

Discovery Book Palace (P) Ltd
No. 1055-B, Munusamy Salai,
K.K.Nagar West,
Chennai-600 078.
Ph: (044) 4855 7525
Mobile: +91 87545 07070

discoverybookpalace@gmail.com / www.discoverybookpalace.com

இந்த நூலில் பிரசுரமாகியுள்ள எந்த ஒரு பகுதியையும் எழுத்துபூர்வமான முன்அனுமதி பெறாமல் எடுத்தாள்வதோ, மறுபிரசுரம் செய்வதோ, மொழியாக்கம் செய்வதோ, ஊடகங்களில் மறுபதிப்புச் செய்வதோ, காப்புரிமைச் சட்டப்படி தடை செய்யப்பட்டுள்ளது. இந்த நூலிலிருந்து சில பகுதிகளை மேற்கோள்காட்டி நூல்அறிமுகம் செய்யலாம்.

உங்கள் மொபைல் போனிலிருந்து ஸ்கேன் செய்து 'டிஸ்கவரி புக் பேலஸ்' மொபைல் ஆப்பை டவுன்லோடு செய்து, புத்தகங்களை வாங்குங்கள்.

நன்றி

கணையாழி
ஆனந்த விகடன்
உயிர் எழுத்து
தாமரை
கவி ஓவியா
பாவையர் மலர்

அறிவிப்பு

கதைகளற்ற பொழுதைத் தூக்கிச் செல்வது சாத்தியமில்லை. கதைகள் நம்முடனே பயணிக்கின்றன. ஒரு சிறு பொறியாக என்னைச் சுட்டு நெருப்பாக உருவமெடுத்த அதிர்வுகளைச் சிறுகதைகளாக்க முயன்ற என் முதல் முயற்சி.

மானுட வாழ்க்கைச் சுழற்சியில் நெருங்கும் அவலங்களை மிக எளிதாக என்னால் தாண்டிச் செல்ல முடிவதேயில்லை. கண் எதிரே நடக்கும் துயரக் கறைகளை எதைக் கொண்டு துடைத்தெறியலாம் என்கிற மேற்கோள்கள் என் உள்ளக்கிடங்கில் எப்பொழுதும் கனன்று கொண்டேயிருக்கின்றன.

நவீன சிறுகதைகளின் நகர்வுகள் உயர்தரமாக அடிக்கோடிட்டுக் காட்டப்பட வேண்டும். தமிழ்ச் சிறுகதையாசிரியர்கள் கையாளும் எழுத்து உத்திகள் மெய்சிலிர்க்க வைப்பதால் தமிழ் இனி மெல்ல சாகாது என்கிற உறுதித் தன்மையை என்னையறியாமல் எழுதி வைத்துக் கொள்கிறேன்.

எளிய மக்களைக் கண்டடைதல் பெரிய காரியமாக எனக்குத் தோன்றவில்லை. தினசரி வாழ்வில் தோன்றும் மாயபிம்பங்களை உடைத்தெறிய எழுத்தே ஆகச்சிறந்த ஆயுதமாக நான் கருதுகிறேன்.

அப்பழுக்கற்ற நேர்த்தியான சம்பவங்களைக் கதையாடலுக்குள் அடைக்கும் போது அது வாசகர்களுக்கு எந்த உத்வேகத்தையும் உண்டு செய்வதில்லை. பலன்கள் கிடைக்கும் என்பதற்காக நம்ப முடியாத ஆத்மாக்களை வணங்கி அதன் வழிச் செல்வது ஞாயமில்லை.

ஒரு சுபநிகழ்ச்சிற்காக தமிழகத்தின் உட்புற கிராமம் ஒன்றிற்கு இரண்டு நாள் பயணமாகச் சென்றேன். அங்கே நான் கண்ட நெஞ்சைத் துளைக்கும் காட்சி என் மனக்கண்களில் கண்ணீர் சுரக்கச் செய்திருக்கிறது. அக்கொடூரத்தை நான் சொல்வதற்குச் சில தகுதிகளும் இன்னும் கூடுதலான துணிச்சலும் தேவைப்படுகின்றன. அந்தத் துணிச்சலை இப்போது எதன் பொருட்டும் விரட்டாமல் மிகுதியாக வளர்த்து வருகிறேன். வேரறுந்து நிற்கும் மரங்களின் மேல் பரிதாபம் வராமலிருந்தால் மரத்தின் மேல் பிழையல்ல, நம்மேல் ஏதோ பிழை இருக்கிறது.

நிலம் மிக முக்கியம். நிலத்தின் வாழ்வாதாரங்களைத் தடை செய்யும் சக்திகளுக்குப் பாடம் புகட்ட முன்னெழுந்த மானுடர்களோடு

நான் நேரடியாகப் பழகியிருக்கிறேன். அவர்களுக்கு எந்த சாயமும் சேர்க்காமல் அசலாக என் கதைகளிலே மறுஒளிபரப்பு செய்திருக்கிறேன்.

நான் வசித்த கிராமத்தின் சூழ்நிலைகளைக் கவிதைகளாக சிறுகதைகளில் தெளித்துவிடுகின்ற நுட்பத்தை மேற்கொண்டிருக்கிறேன். என் அனுபவங்களை இயல்பான மனநிலையோடு எழுத முனைந்தால் அது வற்றாத இளம் பெண்ணின் பேரழகு போல் மெருகேறிக்கொண்டிருந்தது. அதனை ஆனந்தக் களிப்போடு அணுகி அகம் மகிழ்ந்தேன்.

பசியோடு உறக்கம் மறந்து இப்புத்தகத்தைச் சிறப்பாகக் கொண்டு வருவதற்கு என்னை நானே வற்புறுத்திக் கொண்டு பாடுபட்டதை என் அருகில் இருந்தவர்கள் அறிவார்கள்.

நதி செல்லும் இடம் கடல் என்பது போல் சிறுகதைகளை நான் எழுத முனைந்தேனே தவிர, அதன் முடிவுகளை நான் தீர்மானிக்கவில்லை. அதுவாகவே கட்டமைத்து ஒரு முடிவை அமைத்துக் கொண்டது.

வெவ்வேறு விதமான காலங்கள் எனக்கு நடத்திய பாடங்களிருந்து அதில் நான் புரிந்து கற்றுக்கொண்ட பாடத்தைக் கவனமாகச் சொல்ல வந்தேன் என்பது மட்டுமே மிக உண்மை.

என் வளர்ச்சியில் அக்கறை கொண்டு எப்போதும் துணை நிற்கும் என் பெற்றோர் அரங்க.சுப்பையா, பிரேமாவதி ஆகியோருக்கு எத்தனை முறை நன்றி சொன்னாலும் போதாது.

அழகுற வெளியிட ஒப்புக்கொண்ட 'டிஸ்கவரி புக் பேலஸ்' உரிமையாளர் மரியாதைக்குரிய உயர்திரு.வேடியப்பன் அவர்களுக்கும், என்னை அடையாளம் காட்ட புகைப்படம் எடுத்த குமார் சுப்பு, புத்தக அட்டை மற்றும் உள்வடிவமைப்பை நேர்த்தியாக நெய்த வெ.பாலாஜி மற்றும் என் போலவே இப்படைப்பு செம்மையுற வருவதற்கு உதவிய நண்பர்கள் வ.கருப்பண், NRD.ராம்குமார், பா.கண்ணன், ரத்தன் மௌலி, அழகன் ராவணன்,தா.கிருபானந்தன், பா.விக்னேஷ், ஆ.பிரேம்குமார், பா.மோகன், கே.ஷெரீப், ரா.லட்சுமணகுமார் ஆகியோருக்கும் என் நன்றிகள் பல.

கதைகளுடன்
நலங்கிள்ளி
12.7.2023
சென்னை
E.mail: 12nalangilli@gmail.com

உள்ளே

1. உவகை — 09
2. கொள்ளிடம் — 12
3. மந்தமாருதம் — 20
4. உம் — 24
5. வினோதம் — 31
6. அலை வரிசை — 34
7. சார் — 41
8. இவர் இப்படித்தான் — 51
9. வேப்பமரம் — 55
10. விதி — 61
11. ஞாபகங்கள் — 65
12. இருவர் — 70
13. கலைந்த கனவு — 84
14. இப்படியும் ஒருவன் — 89
15. சொத்து — 92
16. வேடிக்கை — 96
17. தேடல் — 101

1.
உவகை

இந்த அகமகிழ்ச்சி எதனால் என்பது தெரியவில்லை. பரிதி ஒளிக்கு முந்தைய விழிப்பே சிறந்தது. தித்திக்க வந்த ஏதேனும் ஓர் செய்தியா...? விலை போகாமல் மதிப்பற்றுக் கிடந்தவை உயர் மதிப்பு பெற்றதனாலா? அங்கீகாரத் தேடல் அலங்கரிக்கப்பட்டதனாலா? அது என்னவென்று அறிய எத்தனை ஆவல்! ஏன்? என்று கேட்பாரற்றுக் கிடந்த என்னை இயற்கையே ஆசிர்வதித்தது.

"அம்மா... அம்மா... ம்மா... எங்க இருக்க? வீட்டுக்கு ஏதாவது வாங்கி வரணுமா?"

"இல்ல... இல்ல... சாம்பாரு வைக்க காய்கறி இருக்கே... நீ போக வேணாம்."

அம்மாவுக்கு ஆச்சரியத்திற்கு மேல் ஆச்சரியம். 'கடைக்குப் போய்ட்டு... வா... என்றால் மூஞ்சை உர்ரென்று வைத்துக் கொண்டு எதிர் கொள்ளும் நானா... இவ்வளவு அக்கறையோடு கேட்பது...' என்ற கேள்விக்குறி அம்மாவின் முகத்தில் தொங்கிக் கொண்டிருந்தது.

மீண்டும் எனக்குள் நீண்ட பரவசம். அட... அப்படியென்ன நடந்தது!

நேற்றிரவு கூட சம்பள பாக்கி தராத... முதலாளியைத் திட்டி, திட்டி ஃபோனை வைத்தேன். அவனுக்கென்ன? வருமானம் வர, வர நோய் அதிகமாகி கொண்டு போகிறது.

'பேரீச்சம் பழத்தில் வைட்டமின் ஈ இருக்கிறது, தெரியுமா?' என்று அவன் கண்டுபிடித்த அறிவியல் உண்மையை சிரித்த முகத்தோடு விளக்கிய குட்டிப் பையனை உச்சி முகர்ந்து கொள்வதா...? அல்லது தற்சமயம் தேவையற்ற செய்தி என்று நிராகரிப்பதா...?

சொந்த ஊரில் நிகழ்ந்துவிட்ட பாலியல் வன்கொடுமையோ... துயரமானது. சில நேரங்களில் இவ்வாறான செய்தி அலசல் செவிப்பறைகளில் விழும் போது எந்த வேலையும் செய்யத் திராணியற்று சோம்பலுடையதாக மனது ஆகிறது.

நேற்றிரவு கண்ட சொப்பனம்கூட வழக்கத்திற்கு மாறாக நிகழ்ந்துவிடவில்லையே.... ஆழ்ந்த உறக்கத்தைக் கலைக்க முற்படும் இந்த சொப்பனத்தைத் தடை செய்வது நடக்க இயலாத காரியமே !

வெற்றிலை, சீவல் வாங்கி வர சொன்னதை மறந்தே போய்விட்டேன். இல்லையென்றால் என் பாட்டிக்கு மூளை சுறுசுறுப்படையாது. குலப்பெருமை பேசும் நடவடிக்கையை அவரின் வயதைக் கருத்தில் கொண்டு ஆசுவாசமாக அமர்ந்து கேட்கலாம். நம் துன்பத்தில் இன்பம், இன்பத்தில் துன்பம் இவையெல்லாம் மற்றவர்களுக்குத் தேவையற்றவையே...

"வாங்க அண்ணே.. வாங்க... எப்ப வந்தீங்க?"

"இப்ப தான்."

"என்ன கையில பத்திரிக்க...?"

"தம்பி ... என் பொண்ணு வயசுக்கு வந்திருக்கு.... மஞ்சள் நீராட்டு விழா"

"நல்லது..."

"அப்புறம் என்ன போய்ட்டுருக்கு...?"

"நெலத்த உழுது வெதயப்... போட்டு காச சேக்குறது அவ்வளவு லேசுபட்ட காரியமில்லண்ணே... உங்களுக்கு தெரியாதது ஒண்ணுமில்ல... அரசாங்கம் விவசாயிகளுக்கு சொல்லுற திட்டம், நம்ம மக்க... விவசாயம் பண்ணுற முற... ஒரே நேர்க்கோட்டுல இருந்தா... விவசாயத்துல பலன் கிடைக்கும்."

"ரொம்ப சரியா... சொல்றீங்க தம்பி, விஷேசத்துக்கு மறக்காம வந்திடுங்க..."

"கண்டிப்பா...வந்திடுறோம்."

அக்கறையற்ற உள்ளக்கிடங்கின் மூலையில் ஒரு புள்ளி வடிவில் தோன்றும் அசலான மகிழ்ச்சியைக் கொண்டாடித் தீர்க்க நெருக்கமானவர்களிடம் சொல்லும் போது அவர்களின் கருத்துகள் நம் சந்தோஷத்தை உருக்குலைக்கச் செய்யும். எனவே அட்டைப் பெட்டியில் காற்றுப் புகாமல் அடைக்கப்பட்டிருக்கும் உணவு

பொருட்கள் போல ஆனந்தத்தை உள்ளுக்குள் அடுக்கி, அடுக்கி வைப்பதே பேரானந்தம்.

பிரம்ம முகூர்த்த நேரத்தில் செய்யும் காரியங்கள் நல்லனவாக கைகூடும் என்றாலும் அதிகாலையில் எழுவது சிரமமான காரியமே. உலக அளவில் சாதித்த பலரின் வரலாற்றைத் திறந்தால் அவர்கள் அதிகாலையில் விழிப்படையும் பழக்கமுடையவர்களாக இருந்திருக்கிறார்கள்.

தேன்மிட்டாய் போல இனிக்கும் கண்ணுடையவளைத் திருமணம் செய்து கொள்ள ஆசைப்படுகிறேன். அவள் பார்வைக்கும், பதிலுக்கும் தவம் கிடக்கிறேன். என் விருப்பம், அவள் விருப்பம் என்பதையெல்லாம் விட இந்தப் பிரபஞ்சம் நாங்கள் இணைவதற்கு என்ன முடிவு செய்து வைத்திருக்கிறதோ... யார் அறிவார்!

முற்றுப் பெறாத... இந்த ஆசைகளில் எத்தனை,எத்தனையோ முரண்பாடுகள். அள்ளித் தெளித்த கனவுகளில் வீரியம் மிக்க சில கனவுகள் எதிர்பார்த்தது போல நடந்து விடுகின்றன. எந்த விளக்கமும் பெறாத சில எண்ணத் திவலைகள் நனவாகும் போது எப்படிப்பட்ட துக்கத்தில் மூழ்கியிருந்தாலும் மனம் உற்சாகம் அடைந்து விடுகிறது .

ஒளியை உள்வாங்கும் பூமியில் ஏற்படும் அற்புதங்களை எண்ண இயலாது. மானுட நீட்சி, தாவரங்களின் வளர்ச்சி, விலங்குகளின் ஆர்ப்பரிக்கும் நடமாட்டம், வெயிலைக் குடிக்கும் பூமி, வெளிச்சத்தை நிரப்பும் ஆதவன். ஆங்காங்கே நின்ற... மரங்களின் நிழலில் இளைப்பாறினால் இலைகளின் இடுக்குகளில் புகுந்து மண் மீது படரும் ஒளி ஒரு தெய்வம். அதனை வணங்குவதால் பலன்கள் உடலில் நிரம்பும். வெப்பத்தை இகழ்வதா, ஏற்பதா என்பதை அவரவர் சிந்தனைக்கு விட்டுவிடலாம்.

இன்று மறந்து போன நேற்றைய... வேலையொன்று நினைவில் வரவே பரவசம் பிறக்கிறது. பிடித்த வேலை எனில் உற்சாகம் வரவே செய்யும். இன்று அதனை நேர்த்தியோடு செய்து முடிக்க வேண்டும். அதன் பிறகே என் உடலுக்குத் தேவைப்படும் ஓர் எளிய உணவு.

நான் ஏதேதோ சொல்லிக் கொண்டு போகிறேன். இவையெல்லாம் சந்தோஷத்தின் வெளிப்பாடுகள். ஆனால் எதற்கு ? திடீரென சந்தோஷம் வந்ததென்பது தெரியவில்லை. சில சமயங்களில் காரணகாரியமற்று உள்ளத்தில் ஒரு துள்ளல் ஏற்படத்தான் செய்கிறது.

○

2.
கொள்ளிடம்

வாசல் கூட்டி, சாணி கரச்சி தெளிச்சி, கோலம் போட்டு, சாண உருண்டையில பூசணிப்பூ இருக்குற... அந்த ஓலை வீட்ட தூரத்திலிருந்து பாக்குறப்ப... ஜோரா இருந்தது. மூங்கி முள்ளால... வீட்ட சுத்திப் போட்டிருந்த... படலு... மேல துணிமணி காஞ்சிக்கிட்டிருக்கு, ராத்திரி வெளிச்சத்துக்கு குண்டு பல்பு தொங்குது. அது கொளுத்துகிற வெயிலுக்கு எப்படி வெடிக்காம இருக்கு...! ஒரு சொட்டுக் காத்து வீசமாட்டேங்குது.

அடுப்பு எரிக்க... கருவேல முள்ளு, காஞ்ச விறகு, சுள்ளி பொறுக்க.... சில ஜனங்க நைலான் கயிறு எடுத்துகிட்டு வாயில புகையிலைய... அதக்கிகிட்டுப் போறாங்க...

குளிக்க மறவா இடம் வேணும்னு அடம்புடிச்ச... ஆனந்திக்கு அவ... சித்தப்பா... தென்ன ஓலையில.... கீத்து பின்னி கொல்லையில... சாரம் கட்டி ஆனந்தி நிம்மதியா... குளிக்க வசதி பண்ணிக் கொடுத்தாரு...

கொள்ளிடத்து மீனோட ருசியே தனிக்கதை. மண் சட்டியில மீன் கொழம்பு ஆக்கி கொடுத்தா... மூணு, நாலு நாளைக்கு வச்சி,வச்சித் திங்கலாம்.

கொள்ளிடத்து மீன... வாங்க வெளியூர்காரங்க... விடிய காத்தால... ஆத்துகர... மேல வந்து நிப்பாங்க...

தெப்பக்கட்ட போட்டு வலையில சிக்குன கெண்ட, கெளுத்தி, நெத்திலி, வெளவா, இறாலு, வால மீனுங்கள... எடுத்து வந்து கரையில கொட்டினான் செல்வம்.

"எலே... எலே... எலே... வாங்க... இங்க வாங்க... நம்ம செல்வத்தோட வலையில... நெறைய உருப்படி மாட்டியிருக்கு..." மதகுகள் அதிரக் கூவினான் பூபாலன்.

“ண்ணே... கத்தாத... உன்ன மாதிரி ஆளுங்க... கண்ணு வச்சதால... அந்தாண்ட கரையில போட்டிருந்த வலை அறுந்துபோயி... ஒரு மீனும் சிக்காம... திரும்பி வந்திருக்கேன். வாய... மூடுறியா...?” என்றான் செல்வம்.

“செல்வங்... உயிரு மீனா... கெண்டையில இரண்டு கிலோ குடு...”

“என்ன மாரியப்பா வூட்டுல விஷேசமா?”

“வாரத்துல... ஒரு நாளு தாராளமா... கவுச்சி எடுத்து தின்னா... தப்பாண்ணே...”

“தின்னு, தின்னு... உன் புள்ள... காசு கண்ணிய... பாக்க ஆரம்பிச்சுட்டான். என் புள்ள ஊரு மேயுது”

“ண்ணே... பேசிக்கிட்டே இருக்கியே... நீ எதுவும் வாங்கலையா...” என்று செல்வம் பூபாலனிடம் கேட்டான்.

“நெத்திலி மட்டும் அரைகிலோ போடு...”

“அரைகிலோ போதுமா...”

“போதும்... போதும்.”

“அதான.... காச... எடுக்கமாட்டியே. வாயி கிலிய... ஊரு கதய... பேசத்தான் நீ லாயிக்கு...”

“எலே... செல்வம் என்ன? என் பொஞ்சாதி வையிறா போல வையிற... எனக்குன்னு இந்த ஊருல ஒரு அந்தஸ்து இருக்கு தெரியுமுள்ள...”

“எவன் சொன்னான். நீ அப்படி நெனச்சிக்கிற....” என்று சொன்ன செல்வத்தைப் பார்த்து மீசை தெறிக்க, தெறிக்க சிரித்தார் பூபாலன்.

“எனக்கு வெளவாலு ஒரு கிலே குடுங்க...” என்ற ஆனந்தியைக் கவனித்த செல்வம் மற்றவர்களுக்கு மீனை எடுத்துக் கொடுத்துக் கொண்டிருந்தான்.

“ரொம்ப அதுப்பு தான். என்ன கண்டுக்காம இருக்காக.... இருக்கட்டும், இருக்கட்டும். மாட்டாமயா போயிடுவாரு...”

இருபது நிமிடத்திற்கு மேல் நின்ற ஆனந்தி “ஏங்க... உங்கள தாங்க... மீனு கேட்குறேல்ல... தரமாட்டிங்களா ?”

“எ.... செத்த நாழி நிக்கமாட்டியா....? என்ன... இப்ப அவசரம் உனக்கு?”

“புது மீனு, புது மீனு... உசுரு மீனு.... உசுரு மீனு..... கெண்ட, கெளுத்தி, வெளவாலு...” என்று கூவியவனிடம் மீன் வாங்க திரும்பி ஆனந்தி இரண்டு அடி எடுத்து வைப்பதற்குள் “இந்தா... இந்தா... என்ன மீனு வேணும் சொல்லு?” என்றான் செல்வம்.

“வெளவா... ஒரு கிலோ” என்று அவள் குனிந்து மீனைத் தொட்டு சொன்ன போது செல்வத்தின் பார்வை அவள் உடல் மீது படர்ந்தது.

“உன்ன எனக்குத் தெரியாதா... என்ன? கூட்டம் இருக்குறப்ப... உனக்கு எடை போடாம... மீன தரமுடியாது. அதனால நிக்க... சொன்னேன். இந்தா... இறாலு எடுத்துக்கோ...”

“வேணாம்.... வேணாம்...”

“எம்மம்... ஒரு கிலோ வெளவா?”

“காசா? காசெல்லாம் வேணாம்”

“இந்தாங்க... புடிங்க”

“அட... வேணாம்னு சொல்றேல்ல. காது கேட்கலையா...? சரி... ஆடு ஓட்டிக்கிட்டு ஆத்துக்கு எப்ப வருவ...?”

“பத்துமணிக்கு...”

“ஆலமரத்துக்கிட்ட வந்திடு. உங்கிட்ட பேசணும்.”

“என்ன பேசணும்...”

“அத நேர்ல சொல்றேன்.”

“நேர்ல வந்தா... நீங்க என்ன பண்ணுவிங்கனு எனக்குத் தெரியும். எதுவாயிருந்தாலும் அத இங்கேயே சொல்லுங்க ?”

“வருவியா... வரமாட்டியா...”

“தெரியல” என்று சொல்லிய ஆனந்தி... ஆசைகளைக் கன்னக்கதுப்பில் வைத்து வெட்கத்தை விட்டுத் தராமல் சிரித்து விலகினாள். அச்சிரிப்பின் அர்த்தம் “நான் வந்துடுறேன், நீங்களும் வந்திடுங்க” என்றே பொருள் கொள்ளலாம்.

காலை பத்தே...கால் மணிக்கு ஆட்டை புல் விளைந்த பகுதியில் மேயவிட்டு ஆலமரத்தடிக்கு வந்த ஆனந்தியிடம் “பேச வேண்டும்” என்ற செல்வத்தைக் காணவில்லை. ஒரு வார்த்தை சொன்னா... காப்பாத்தணும்னு நெனக்கிறதில்ல...திமிரு புடிச்ச... செல்வத்தை கைக்குள்ள... அடக்கி வைக்கணும். இப்படி எத்தனை மொற...

இங்க நின்னு இருப்பேன். "ஏ... ஆனந்தி இங்க ஏன்? இந்த நேரத்துல நின்னுகிட்டு இருக்க? என்று கேட்டவங்ககிட்ட வாயிக்கு வந்ததெல்லாம் சொல்லி, சொல்லி சமாளிச்சேன். யார், யார்கிட்ட என்னென்ன சொல்லி சமாளிச்சாலும் இந்த துளசிகிட்ட மட்டும் சமாளிச்சி பேச... முடியல. எப்படியோ.... எனக்கும் செல்வத்துக்கும் இருக்கிற காதல... கண்டுபுடிச்சிட்டா.... ஒரு நாள் அவளுக்கு புடிச்ச... ரவ்வா உருண்டய... செஞ்சி எடுத்துகிட்டு போய்... கொடுத்து "துளசி... நான் ஒண்ணு சொல்லணும், நீயும் கண்டுபுடிச்சிட்ட.... நானும் செல்வமும் லவ்வு பண்ணுறோம். இத... யார் கிட்டேயும் சொல்லாத" என்று அவ கைய புடிச்சி கெஞ்சினேன். அவளும் நல்ல மகராசி இன்னைக்கு வரைக்கும் சின்னதா கூட எங்க காதல யார் கிட்டேயும் சொன்னதா... என் காதுக்கு வந்ததில்ல... அவ நல்லா இருக்கணும்..

அங்கே... வந்த செல்வம் "என்ன ஆனந்தி... ஒரே யோசனையா... இருக்க? என்ன யோசனை?"

"நீங்க ஏமாத்துக்கார ஆளா? இல்ல... நல்லவரா...? என்ன... கல்யாணம் செஞ்சிப்பிங்களா...? இத தான் யோசிச்சிகிட்டு இருந்தேன்."

"நீ எப்ப... என்ன நம்பப் போறியோ... அந்த ஆண்டவனுக்குத் தான் தெரியும்.

"கோபப்படாதீங்க....."

"கோபப்படாம... எப்படி? நீ பேசுறது அப்படியிருக்கு..."

"சரி விடுங்க" என்று அவன் தலையை கோதினாள் ஆனந்தி.

ஆற்றங்கரை மேல நிறைய விருட்சங்களுடன் இருந்த ஆலமரத்தின் கீழே கரும்புத் தோட்டங்கள் அடர்ந்து காணப்பட்டன. "ஆனந்தி... நாம... இப்படி ஆலமரத்தடியில... உட்காந்து இருக்குறத... போறவங்க, வர்றவங்க பாத்தா... ஏடாகூடமாகிடும். கரும்புத் தோட்டத்துல... சாவகாசமா... உட்காந்து பேசலாம்." என்றான் செல்வம்.

"அங்க.... வேணாம். எனக்கு பயமா... இருக்கு..."

"அட... வா... ஆனந்தி நான் இருக்கேன்ல...."

கரும்புத் தோட்டத்திற்குள் நுழைந்து புல் படர்ந்த வரப்பின் மீது இருவரும் அமர்ந்தார்கள். கரும்பின் இலை மீதான வெளிச்சம் ஒரு மகரந்த எண்ண அலையை உண்டாக்கிவிட்டது. சில வண்டுகளின்

சப்தமும், காற்றின் ஒலியோடு கரும்பின் சோலை ஓசையும் அங்கே ஆங்காரமாக வந்து போனது. சுற்றிலும் சூழ்ந்த பச்சை வண்ணம் அவ்விடத்தை மெருகூட்டியது. செல்வம் அவ கைய புடிக்க... ஆனந்தி இவன் கைய புடிக்க... இருவரின் உடம்பிற்குள் ஏதோ ஒன்று நடந்திட... ஈரக்காற்று குளிர் தொடுத்திட... அவன் நெஞ்சோடு நெஞ்சாக ஆனந்தியை அணைத்து வரப்பு மேல... சாச்சிட்டான். நெத்தியில வேர்வ பூத்து கிறங்கி போய் கெடக்கிற அவளுக்கு அழுத்தமாக... செல்வம் வச்ச... முத்தங்கள் உஷ்ணத்தை அதிகம் கொடுத்தன. இந்த நேரத்துல அவ... மேல வர்ற... ஆட்டு புழுக்க நாத்தமும், செல்வம் மேல வீசுற... மீன் கவுச்சி நாத்தமும் இருவரும் மறந்தே... இரத்தம் சூடேறி உடல் பாகங்களைப் பரிமாறிக் கொண்டார்கள். அவ இடுப்புல இருந்த மச்சத்துல... எச்சி நாக்கால செல்வம் முத்தம் வச்சி கடிச்சப்ப... “எ...வலிக்குதுங்”கன்னு... அவள அறியாம கத்தினா. முழுசா இரண்டு உடம்பும் நெருக்கமா... பின்னி இருந்ததால... அக்கம், பக்கம் ஆளுங்க வர்ற... அரவத்தக் கவனிக்காம மோக உச்சத்தில் கலந்து இன்புற்றிருந்தாங்க...

நாலு பயலுங்க... திருட்டுத்தனமா... கரும்பு ஒடிச்சி திங்க... கரும்புத் தோட்டத்துக்குப் புகுந்தானுங்க. சப்தமில்லாம கரும்ப ஒடிச்சி, ஒடிச்சி பையுக்குள்ள போட்டுக்கிட்டு நடந்து உள்ளே வந்தப்ப... செல்வமும், ஆனந்தியும் பின்னியிருந்தத பார்த்துவிட்டுப் போய் ஊர்ல சொல்லிட்டானுங்க.

“யக்கா... யக்கா.... சேதி தெரியுமா...? “

“என்னடி...”

“கரும்பு தோட்டத்துக்குள்ளாற... நம்ம செல்வமும், கீழத்தெருவுல உள்ள ஒரு பொண்ணும் தப்பு பண்ணுனாங்களாம். நம்ம தெரு பயலு சொன்னானுங்க...”

“என்னடி... இது கூத்தாயிருக்கு...”

“ஆமாம்... க்கா. நெசந்தான்.”

“உம்மணாமூஞ்சியா இருந்துட்டு என்ன காரியம் செஞ்சியிருக்கான் செல்வம்...”

காலம் கெட்டுப் போச்சி.

விஷயம் ஊரெங்கும் பரவ... பஞ்சாயத்த கூட்டி; பேச முடிவெடுத்தார்கள். ஊரின் முக்கியமான ஆட்கள் முன்னிலையில் செல்வம் நிறுத்தப்பட்டான்.

"ம்ம்ம்.... சூ.... சூ.... எல்லாம் சத்தம் போடாம அமைதியா இருங்க. பஞ்சாயத்த ஆரம்பிக்கணும்" என்றார் கதிரேசன்

"எலே... செல்வம்... சொல்லு..."

"என்ன... சொல்ல...."

"நீ தான... தப்பு பண்ண, நீ தான் சொல்லணும்."

எதுவும் பேசாமல் நின்றான் செல்வம்.

"சரி... சரி... விடு... நீயும் கீழத்தெருவுல உள்ள ஒரு பொண்ணும் சேர்ந்து தப்பு பண்ணுனதா நம்ம ஊரு பயலுக சொல்லுறாங்களே... இது உண்மையா?"

தலைகுனிந்து நின்றான் செல்வம்.

"எல்லாருக்கும் தெரிஞ்சிடிச்சில்ல... எதுக்கு மறைக்குற சொல்லு...."

"ஆமாங்..."

"ஒத்துக்குறியா...."

"ஆ..."

"இந்த சம்பவத்துல... உன்னோட பதிலு என்ன...?"

"அவள... நான் கலியாணம் செஞ்சிக்கப் போறன்."

"என்னடா சொல்லுற...."

கூடியிருந்தவர்கள் கூச்சலிட்டார்கள்.

"என்ன காரியம் செஞ்சிட்டு எகத்தாளமா பேசுற..." என்று ஆத்திரம் தாங்காமல் செல்வத்தின் கன்னத்தில் அறைந்தார் அவனது தந்தை.

"இந்தாரு.... அடிக்கிற வேலல்லாம் வச்சிக்காத... மருவாத கெட்டிரும். இப்ப என்ன பெருசா... உங்கள மனகஷ்டப்படுத்திட்டேன். எங்கள சேத்து வையிங்க..."

"எ... எங்க... வந்து என்ன பேசிக்கிட்டு இருக்க? அது எப்படி முடியும். தம்பி... நல்லா கேட்டுக்க... அவுங்க வேற ஆளுங்க... நம்ப வேற ஆளுங்க... சுட்டுப்போட்டாலும் அந்த ஊர்க்காரங்களோட சம்மந்தம் செய்ய முடியாது.

"உனக்கு இது தெரியுமா? தெரியாதா...?"

"தெரியும்."

"தெரிஞ்சும் இந்தத் தப்ப நீ பண்ணலாமா?" என்றார் பொன்னுசாமி.

நாகப்பட்டினத்தில கட்டிக்கொடுத்த மவ... ஒரு மாசமா உடம்பு முடியாம கெடந்தவள... சௌகர்யமாக்கிக் கொண்டிருந்த செல்வத்தின் தாய் இந்த சேதி கேள்விப்பட்டு அரக்கப்பரக்க ஓடிவந்தாள்.

“என் வயித்துல... பொறந்த புள்ள... பஞ்சாயத்த கூட்டுற அளவுக்கு தப்பு பண்ணுமா? அதுக்கு வாயிப்பு உண்டா?

“அட ஏன்? ஆத்தா... புரியாம பேசுற... உன் புள்ளதான் தப்பு பண்ணியிருக்கான்.”

“என்ன தப்பு செஞ்சான்? அவன் என்ன கொலகுத்தம் செய்ய ஆள... அனுப்பி வச்சானா? பொண்டுவகிட்ட ஒரு கிண்டல் கேலியா பேசி இருப்பானா? ஆட்ட, மாட்ட திருடி வித்திருப்பானா? சாராயம் குடிச்சி யாரையாவது தப்பா... வஞ்சிருப்பானா?”

“வாய மூடுறியா... ஆத்தா. கீழத்தெரு பொண்ணுக்கும், உம் மகனுக்கும் தொடர்பு இருக்காம்.”

“என்னது....? என் மகன் இந்த மாதிரி பொம்பள சகவாசம் வச்சிகிட்டுத் திரியிற பய கெடயாது.”

பொறுமையிழந்த ஊர்க்காரர்கள் “எ... கெழவி செத்த சும்மா இருக்க மாட்டியா... எல்லாம் உன்னால தான்.”

“என்னது? என்னாலயா...”

“அப்ப.... வாய மூடு...”

“செல்வம்... அந்தப் பொண்ண... உன்கூட சேத்து வைக்க முடியாது. வேற சாதிக்காரங்கள கல்யாணம் முடிச்சி வைக்கிற வழக்கம் நம்ம ஊர்ல இல்ல. நடந்ததெல்லாம் மறந்திட்டு... ஜோலிய ஒழுங்கா பாரு... என்ன நான் சொல்லுறது” என்றார் பொன்னுசாமி.

“ஐயா... எனக்கும் கொஞ்சம் வெவரம் தெரியும். நீங்க சொல்றத கேட்டு வாழுற டைப்பு நான் இல்ல. உங்க கருத்து என் புத்திக்கு சரின்னு மட்டுப்படல...”

“நீ அவக்கூட வாழணும்னு நெனச்சா.... நாங்க ஊரவிட்டு உன்ன ஒதுக்கி வச்சிருவோம்.”

“நீங்க என்ன ஒதுக்கி வைக்கிறது. நானே உங்கள விட்டு ஒதுங்கிப் போறேன்.”

“போங்கய்யா நீங்களும், உங்க பஞ்சாயத்தும்.... த்துவு.... எ.... பெருசு நீ என்ன யோக்கியமா? சொந்த ஊருக்குள்ளயே... வப்பாட்டி

வச்சியிருக்க. நீ எனக்கு புத்திமதி சொல்றியா? அய்யா.... எல்லாம் கேட்டுக்கோங்க.... அவக்கூட நான் வாழ ஆசப்படுறேன். அவளுக்கு துரோகம் செய்யுற எண்ணம் எனக்குக் கெடையாது. எங்களுக்குள்ள ஒரு சமாச்சாரம் நடத்துடிச்சி... பெரிய மனுசத்தனமா... எங்கள வாழ வையுங்க. இன்னமும் சாதி, சாக்கடைன்னு சொல்லிகிட்டு எங்களுக்கு துரோகம் செய்யாதிங்க..."

செல்வத்தின் கருத்தைக் கேட்டு அமைதியாக இருந்தது கூட்டம். நாட்டாமைக்காரர்கள் மட்டும் தனியே எழுந்து போய் பேசிவிட்டு வந்து "பஞ்சாயத்த இன்னொரு நாள் வச்சிக்கலாம்" என்று சொன்னார்கள்.

கலைந்தது கூட்டம் .

அன்று அமைந்த அடர்ந்த நள்ளிரவில் செல்வத்தின் குடிசை வீடு கொழுந்துவிட்டு எரிந்தது. தீ காயங்களோடு போராடி உருமாறி உயிர் துறந்த செல்வத்திற்காக... அக்கறையோடு அழுதவர்கள் சிலரே .

ஒரு வாரம் கடந்த பின் திருட்டுக் கரும்பு ஒடிக்கப் போன பயலுங்க "செல்வமும், ஆனந்தியும் கரம் பற்றிக் கலந்த அதே இடத்தில் பூச்சி மருந்து குடித்து ஆனந்தி இறந்து கிடப்பதாக ஊரில் போய் சொன்னானுங்க.

○

3.
மந்தமாருதம்

இரண்டு நாட்களாக சிற்றிடையாநல்லூரில் காதல் பாடல்களாக ஒலிபெருக்கியில் ஒலித்துக் கொண்டிருந்தன. பிரதான சாலையிலிருந்து சிற்றிடையாநல்லூர் செல்வதற்கு மேம்பாலத்தின் கீழ் இறக்க பாதையாக வழி இருந்தது. அந்த வழியெங்கும் டியூப்லைட் கட்டியிருந்தார்கள். ஜெனரேட்டர் சத்தத்திற்கு வயலில் பரவியிருந்த புற்களும்,செடிகளும் அதிர்ந்து ஆடிக் கொண்டிருந்தன. அதனைத் தாண்டிச் செல்ல,செல்ல இரவு பூச்சிகளின் ரீங்காரம் கேட்டது. டீசல் வாடை காற்றில் கலந்து வந்து மறைந்தது. சிறார்கள் கூட்டம் கூட்டமாக விளையாடிக் கொண்டிருந்தார்கள். வழியில் தென்பட்ட உள்ளூர்க்காரர்களிடம் வெளியூர்க்காரர்கள் குசலம் விசாரித்துக் கொண்டிருந்தார்கள். அத்தை, மாமா, தம்பி, அண்ணன், அக்கா, தாத்தா, பாட்டி, பெரியப்பா, சித்தப்பா... இப்படி எத்தனை, எத்தனை உறவுகள்! நம் வாழ்வில் விருப்பு வெறுப்பின்றி ஒரு கலந்துரையாடல் அரிதாக நிகழ்வதைக் காண ஆவலாக இருக்கிறது.

மீன்சுருட்டி சந்தையிலிருந்து வந்திருந்த காய்கறி மூட்டைகளைத் தனித்தனியாகப் பிரித்து அடுக்கிக் கணக்குப் பார்த்துக் கொண்டிருந்தாள் சரோஜா. கொத்தமல்லி, கருவேப்பிலை வாடை மூக்கை அடைத்தது. “இரவு பத்து தட்டு இட்லி ஊத்தினா போதுமா...? இல்ல... ஒரு மரக்கா அரிசி போட்டு சோறு வடிச்சி, அவரக்கா சாம்பார் வச்சி... அப்பளம் பொறிச்சிடலாமா...?” என்ற விவாதம் நடந்தது. நல்ல எளசா... வாழ இலய... மூணு கட்டு வாங்கி வரச் சொன்னவனையும் இன்னும் காணல... ஆட்டுக்கல்லுல மாவு அரைக்கிற காலமெல்லாம் மலையேறிப் போச்சி... இப்ப உள்ள பொம்பளப் புள்ளைங்க வேல செய்ய ரொம்பவே அலுத்துக்குதுங்க. இவ்வளவு கூட்டம்

வந்திருக்கே... இந்த கிரைண்டர்ல மாவு அரைச்சா ரிப்பேர் தான் ஆகும். வெத்தல பாக்கு போட்டுத் துப்பி... இங்க பாருங்க... இரத்த கலரா இருக்கு. வெள்ள அடிச்ச வீட்டு செவுத்துல இப்படியா... துப்புறது, கண்ண பொறடியில வச்சிக்கிட்டு வருவானுங்களோ...? பினாயில ஊத்திக் கழுவினாலும் போவாது போல இருக்கே..."

அம்மன் கோவிலுக்கு நைட்டு சாமி கும்பிட போவதற்காக பவுடர் வாசத்தோட சொந்தங்கள் கிளம்பினார்கள். அந்த நேரத்தில் இரண்டு பெரிய அண்டாவுல இட்லி மாவும், பால் ஒரு குவளையிலும், மல்லி, மிளகாய்ப் பொடி தனித்தனி வாளியிலும் வந்திறங்கின.

"அடியே... விமலா... பெரிய வீட்டத் தொறந்து இந்த மாவு, பொடிய வச்சிடு. மளிக சாமான கணேசன் வாங்கிட்டு வருவான். அதையும் வாங்கி வச்சிட்டு நீ கோயிலுக்கு வா. சொன்ன வேலைய செய்ய மறந்திடாத டி..." என்றாள் சரோஜா.

கூலிவேலை, விவசாயம், கடைகள், காய்கறி வியாபாரம் சொந்தத்தின் உத்தியோகங்கள் மெலிதாக இருந்தாலும் அன்பை வெளிக்காட்ட, பாசத்தை உணர்த்த, நேசத்தின் ஆசீர்வாதத்தைப் பெற, லட்சம் கோடிக்கான சம்பாத்தியம் தேவையற்றது எனினும் வெறும் அன்பை வைத்துக் கொண்டு வாழ்க்கையை நடத்திவிட முடியாது.

வெளியூருக்கு வாக்கப்பட்டுப் போன பெண்கள் புள்ள பெத்து உருவம் மாறி பேசாமல் தவிர்த்த அண்ணன்களிடமும், பழைய காதலனுடனும், மாமன்காரன்களிடமும் பேசிக் கொண்டிருந்தார்கள்.

"மணிவேலு மொவனா நீயி...? சின்ன குட்டிக்குப் பொறந்த புள்ளையா நீயி...?" இப்படி வயதானவர்கள் தங்களது சரியான தகவலை உறுதி செய்ய அவர்களிடமிருந்து வார்த்தை வந்தேறியது.

வீட்டிற்கு வெளியே தெருவடைத்தும், சமையல் நடைபெறும் கொல்லைப் புறத்திலும் பந்தல் போட்டிருந்தார்கள். மாட்டுவண்டிகள், டிராக்டர்கள் பந்தல் போட்ட வீட்டைக் கடந்து செல்ல சிரமமாக இருந்தது. அதனால் வயலில் இறங்கி மீண்டும் தெரு ரோட்டில் வண்டிகள் ஏறிப்போயின.

ஐயப்பன் மாமா வேட்டிய மடிச்சிக் கட்டிகிட்டு வெண்ணிலா அக்கா தல முடிய புடிச்சி இழுக்குறாரு... பச்ச புள்ளைங்க ரெண்டும்

அப்பா... அம்மா...ன்னு அழுதுகிட்டு இருக்குதுங்க. போதையில கண்ணு, மண்ணு தெரியாம அடிக்கிறாரு. சண்டையத் தடுக்க வந்த மகாலிங்கத்துக்கு மண்டையிலேயே... ஒரே அடி. ஓடிப் போயிட்டான். வெண்ணிலா அக்கா தேம்பி, தேம்பி அழுதுகிட்டே முந்தானையில மூக்க சிந்தி சரோஜாவிடம் ஐயப்பன் மாமாவப் பத்தி சொல்லிகிட்டு இருந்தாங்க. ரேடியோல பாட்டு ஓடுன சத்தத்துல அவுங்க என்ன சொன்னாங்கன்னு சரியா கேட்கல. இந்த மாதிரி சந்தோஷமான நேரத்துல யாராவது அழுதுகிட்டு இருந்தா... அது பெரிய சங்கடத்த மனசுல உண்டு பண்ணிடுது.

கௌரிய பாக்க... தெரு பொம்பளப் புள்ளைங்க கூட்டமாக வந்தார்கள். கட்டுன வாடா மல்லிய வச்சிக்கிட்டு, ரெட்ட வட சங்கிலி போட்டு ஓடிவந்தாள் கௌரி.

“வாங்கடி... வாங்க.... என்ன சாப்பிடுறீங்க...? அம்மா... இங்க வாம்மா...”

“வாங்க.... புள்ளைங்களா... இப்பதான் உங்களுக்கு நேரம் கெடச்சிதாக்கும்... காப்பி தண்ணி எடுத்து வாறேன் இருங்க. அடியே... கங்கா அந்த மிச்சர் பாக்கெட்ட பிரிச்சி சின்ன தட்டுல கொட்டிக் கொண்டா...”

கௌரி பால் வடியும் முகத்தில் பதின் பருவத்தில் புன்னகை பூத்திருந்தாள். “க்கிரே கலர் டிரெஸ் நல்லா இருக்கா? இதுக்கு மேச்சா... இந்த வளையல் எப்படி இருக்கு ?” என்று கௌரி கேட்டுக் கொண்டிருக்கும் போதே சரோஜா எல்லோரையும் கோயிலுக்குப் போகக் கூப்பிட்டாள்.

கௌரி தோழிகளோடு அம்மன் கோவிலுக்குப் புறப்பட்டாள். வயசு கோளாறு... உள்ள பசங்க சீட்டி அடித்துச் சிரித்தார்கள். வெட்கத்தை பதிலாக்கிய சில தோழிகள் அவர்கள் பின் தொடர்வதற்கு வழி கொடுத்தார்கள். தண்ணியில்லாத... காட்டாமணக்குச் செடிகள் மண்டியிருந்த குளத்தைக் கடந்து பருத்திக் கொல்லைகளைத் தாண்டி... மாந்தோப்புக்குள் புகுந்து ஆற்றை ஒட்டியிருந்த அம்மன் கோவிலை அடைந்தார்கள். நெருஞ்சி முள் ஒன்று கௌரி காலில் குத்திட “ஆ...” வென்று அலறினாள். அவள் காலுக்கு பிளாக் கலர் ‘ஹவாய் செப்பல்’ அழகாக இருந்தது. ஏதாவது தெய்வக்

குத்தம் ஆயிடுச்சோ... பதற்றம் தொற்றிக் கொள்ள... சாமியை வணங்கத் தொடங்கினார்கள். படையலுக்குத் தேவையான ஏற்பாடுகள் முன்னதாகவே தயாராகியிருந்தன. பூஜைகள் நடந்தன. அங்கே வந்திருந்தவர்கள் அவரவருக்கான வேண்டுதலையும், விண்ணப்பத்தையும் முணுமுணுத்தார்கள். அருள் தரும் அம்மன் மட்டும் மௌனமாக இருந்தது.

அசதியில் வந்த கௌரி இன்று தோழிகளுடன் படுத்துக் கொள்வதற்கு சரோஜாவிடம் ஒப்புதல் வாங்கி கொண்டாள்.

"நாளைக்கு இராத்திரி கௌரி நம்மல துணைக்கு படுத்துகிறதுக்கெல்லாம் கூப்பிடமாட்டாள். நிலாகாயுது நேரம் நல்ல நேரம் பாட்டதான் பாடுவா..."

"இல்லடி..."

"இன்று முதல் இரவு அந்தப் பாட்ட தான் பாடுவா..."

இப்படியாக தோழிகள் நக்கலடித்து கௌரியை சீண்டி... சிரித்தனர். கௌரி வெட்கத்தில் தலையணையைக் கட்டிப்பிடித்துக் கொண்டிருந்தாள்.

O

4.
உம்

எனக்கு ஏன் அப்படி நடந்தது என்று தெரியவில்லை. இதற்கு நானா காரணம்? இல்லை... என் அலட்சியமா? இன்னும் ஆறாத் தழும்பாய் என் மனதிற்குள் இருக்கவே செய்கிறது. ஒரு உறவை இழந்துவிட்டேன். அதை நினைக்கும் பொழுதெல்லாம் எங்கேயாவது உட்கார்ந்து தனியாக அழலாம் போல் இருக்கிறது. சிலரிடம் இந்தச் சம்பவத்தைச் சொல்லி ஆறுதல் பெற்றாலும் அந்த ஆறுதல் என்னை நிம்மதியடைய செய்யவில்லை. ஒரு நடமாடும் பைத்தியக்காரனாக... என்னை நானே உணர்கிறேன். நான் எப்படியெல்லாம் சந்தோஷமாக வாழ்ந்தவன்! இப்பொழுது ஏதாவது மகிழ்ச்சிகரமான செய்தி வந்தாலும் அந்தச் செய்தியின் ருசியை சுவைக்க முடியவில்லையே... என்ன நான் செய்வது?

என் வருமானத்திற்கு ஏற்றாற் போல் குறைந்த வாடகையில் வீடு தேடி அலைந்த போது எதிர்பட்டான் நாகராஜன். "தன் வீட்டு மாடியில் ஒரு வீடு காலியாக இருக்கு... நீங்க வந்து தங்கிக்கோங்க... ஒண்ணும் பிரச்சனையில்லை. அம்மாகிட்ட உங்கள பத்தி சொல்லிடுறேன். நீங்க போயி முதல்ல வீட்ட பாருங்க... புடிச்சிருந்தா... உங்களுக்கு ஏத்த மாதிரி வசதியா இருந்தா... உடனே சொல்லுங்க." என்றான் நாகராஜன். அவனிடம் முகவரி வாங்கிக் கொண்டு அவன் வீட்டை அடைந்தேன். நாகராஜனின் தாயார் பரிமளாவிடம் என் அறிமுகத்தை முடித்துவிட்டு மேல்தளத்தில் இருந்த அவ்வீட்டைக் காணப் போனேன். என்னோடு நண்பன் ஒருவனும் உடன் வந்திருந்தான். நான் எதிர்பார்த்தது போலவே பெரிய மொட்டை மாடியில் வலது ஓரத்தில் சிறியதாய் அவ்வீடு இருந்தது. அட்வான்ஸ், வாடகை, தண்ணீர்க் கட்டணம், மின்சார கட்டணம் எல்லாவற்றையும் பேசிக்கொண்டிருந்த ஐந்து நிமிடத்திலேயே பரிமளா கூறிவிட்டார். கீழே வந்து பரிமளா

அம்மாவிடம் சிறிது நேரம் உரையாடிக் கொண்டிருந்தோம். அவர்கள் வீட்டு உள்ளறையிலிருந்து இரண்டு வயதுடைய ஒரு பையன் ஓடி வந்தான். அவனைத் தொடர்ந்து ஒரு பெண்ணும் வந்தாள்.

"யாருன்னு தெரியுதாப்பா..."

"தெரியலையே... அம்மா..."

"இவன் தான் நாகராஜன் பையன்."

"ஓ... அப்படியா..."

அந்தப் பையனின் தலையைத் தொட்டு... கன்னத்தைக் கிள்ளினேன்.

"உம்... பேரு என்ன?"

வெறித்துப் பார்த்தான்.

"மாமா கேட்குறாங்கள்ள... சொல்லுடா..."

"வ...ண்..."

"என்னது வன்னா?"

"ஒழுங்கா... சொல்லுடா..."

திரும்பவும்... "வண்..." என்றான்.

"என்னம்மா பேரு?"

"வருண்."

"ஓ... நல்ல பேரு..."

"சரிப்பா... வீடு புடிச்சிருக்கா..."

"ரொம்பவே புடிச்சிருக்கும்மா..."

"வருகிற வெள்ளிக்கிழமை அட்வான்ஸ் கொடுத்துடுறேன். இரண்டாம் தேதி குடிவந்துடுறேன். நான் தாம்மா நாகராஜன் கல்யாணத்துக்கு வராம போயிட்டேன். முக்கியமான வீட்டு வேலை ஒண்ணு முடியாம கெடந்தது. அதுக்காக... பத்து நாள் ஊர்ல தங்க வேண்டி இருந்தது. அதனால தான் மேரேஜ்க்கு வர முடியல.

"பரவாயில்லப்பா..."

"சரிம்மா... நான் போயிட்டு வாறேன்."

"ம்...ம் ம்..."

"வருண்.... ஃபாய்..."

அவன், அவன் அம்மாவின் பின்னால் மறைந்திருந்து பார்த்தான்.

நலங்கிள்ளி | 25

இரண்டாம் தேதி குடிவந்தேன். நண்பர்கள் என் உடமைகளை குட்டியானை என்று அழைக்கப்படுகின்ற 'டாடா ஏசிஇ' வண்டியிலிருந்து கீழ் இறக்கி வைத்தார்கள். நான் ஒவ்வொன்றாக என் வீட்டுக்குள் எடுத்துப் போனேன். பரிமளா மேலும், கீழும் வந்து நோட்டமிட்டவாறு இருந்தார். மதியம் ஏதாவது சாப்பிட்டுவிட்டு வந்து மீண்டும் வேலைகளை ஆரம்பிக்கலாமென்று சொல்லி நண்பர்களுடன் கீழ் இறங்கி வந்தேன். வருண் பொம்மைகளை வைத்து விளையாடிக்கொண்டிருந்தான். என்னைப் பார்த்ததும் அமைதியாகி திரும்பிக் கொண்டான். நான் அவன் அருகே சென்று "தம்பி நீயி... ஆம்பள பையன் தானே? ஏன் கொலுசு போட்டு இருக்க..." என்றேன்.

"உம்..." என்றான்.

"என்னடா சாப்பிட்ட...?"

"உம்..." என்றான்.

"அப்பா எங்க...?"

"உம்..." என்றான்.

இப்படி என் அடுத்தடுத்த கேள்விகளுக்கெல்லாம் அவனிடமிருந்து "உம்" என்பதே பதிலாக வந்தது.

"போடா... நான் எவ்வளவு அன்பா... உங்கிட்ட பேசுறேன். நீ பேசவே மாட்டற..."

"ஏய்... மாமாகிட்ட பேசுடா..." என்றார் பரிமளா.

அன்றிரவு என் வீட்டுக்கு வருணை அழைத்து வந்தான் நாகராஜன். என் புத்தகங்களைத் தள்ளி விட்டான். கலைந்து கிடந்த பொருட்களை அடுக்கி வைப்பதாக நினைத்து கலைத்து, கலைத்துப் போட்டான்.

"சாப்பிட்டியா..." என்றேன்

"உம்" என்றான்.

"இல்லங்க... இவன் பொய் சொல்லுறான். இப்ப தான் டிபன் ரெடி ஆகுது."

என் மொபைலை எடுத்து அச்சமயத்தில் பிரபலமாகப் பேசப்பட்ட ஒரு கிராமியப் பாடலைப் போட்டேன். அப்பாடலைக் கேட்டவுடன் வருண் ஆடத் தொடங்கினான். சில வினாடிகளுக்குப் பிறகு பாடலை நிறுத்தியதும் வருண் அழுதான். மீண்டும் பாடல்... சிரித்து ஆட ஆரம்பித்தான். வருணிடம் என்னைப் பார்த்துக் கண்ணடிக்க... சொன்னான் நாகராஜன். அவனும் அந்தப் பூனைக்

கண்ணை உருட்டி, உருட்டிக் கண்ணடித்தான். கொஞ்சம் என்னோடு நெருக்கமாகிவிட்டான் வருண்.

மார்ச் ஐந்தாம் தேதி வருணுக்குப் பிறந்த நாள் எனச் சொன்னார்கள். அவனுக்கு எதைப் பரிசாகத் தரலாம் என்று என் நண்பர்களுடன் பேசி முடிவெடுத்து 'கிப்ட்' ஒன்றை வாங்கித் தங்க நிறக் காகிதத்தால் மூடி 'ஐ விஷ் யூ ஃஹேப்பி பர்த் டே வருண்' என்று எழுதி எடுத்துப் போனேன். வருணை கைக்காட்டிக் கூப்பிட்டேன். வந்தான். கிப்ட்டை வாங்கிக் கொண்டு அதனைக் கடிக்க முயன்றான். "டேய்... தம்பி இது கேக் "இல்லடா... இதுக்குள்ளாற உனக்குப் புடிச்ச பொம்ம இருக்கு. அத வச்சி விளையாடலாம். சரியா..."

'உம்' என்றான்.

அவனை இடுப்பில் தூக்கி வைத்துக் கொண்டேன். என் மீசையைப் பிடித்தான். "ஏய்... ஏய்... மாமாவ தொல்ல பண்ணக் கூடாது. இங்க வா... வருண்" என்று கூறி நாகராஜன் என்னை உள் அறைக்குச் சாப்பிட அழைத்துப் போனான்.

நாகராஜன் தற்போது என்னுடன் நெருக்கமான நட்பை மேற்கொள்வதற்கான சூழ்நிலை அமைந்தது. அலுவல் நிலைகளை பகிர்ந்து கொள்வான். அரசியல் சாராத பொதுவாழ்வில் உள்ள சிக்கலை எதிர் கொள்வதில் ஏற்படும் பேரிடர்களை அவன் பேச்சில் நான் உணர்ந்திருக்கிறேன்.

ஒரு காலை வேளையில் வருண் வீட்டைக் கடந்து என் வீட்டுக்குச் செல்லும் போது என்னைப் பார்த்த வருண் மொட்டை மாடிக்கு தன்னை அழைத்துப் போக சைகை காட்டினான். அவனைத் தூக்கி கொண்டு மேலே வந்தேன். அங்கேயிருந்த காகத்தைக் காட்டி "காக்கா' சொல்லு... நீ காக்கான்னு சொல்லி கூப்பிட்டா... அதுவும் காக்கா சொல்லும்" என்றேன்

அவன் "க்கா... க்கா..." என்றான்

காகமும் இவனுக்கு பதில் அளிப்பதாக... "க்கா... க்கா..." என்றது.

வருணுக்கு சிரிப்புத் தாங்க முடியவில்லை. சந்தோஷத்தில் என் இடுப்பிலிருந்து விலகிக் கீழே குதிக்கத் துணிந்தான். நான் அவனை அடக்கித் தோளில் சாய்த்துக் கொண்டேன். துளசிச் செடிக்குத் தண்ணீர் ஊற்றினேன். செம்பருத்திப் பூ ஒன்றைப் பறித்துக் கொடுத்தேன். என்னிடமிருந்து கீழே இறங்கி 'தட, தட'வென ஓடினான்.

வருண் அம்மா அதற்குள் வந்து "வ...ரு...ண். எங்க... இருக்க... இங்க வா..."

மாடிக்கு வந்தாள்.

"மாமா கூட இருக்கியா..."

"உம்..." என்றான்.

"வா... சாப்பிடலாம்... வா..."

வருண் வர மறுத்தான்.

"நீ வரலன்னா... உனக்குத் தோசை கிடையாது. அம்மா சாப்பிட்டு விடுவேன். வா..."

அவள் மொட்டை மாடியிலிருந்து கீழே இறங்குவதைக் கவனித்து ஓடி வந்தான். அவள் இரண்டு கை நீட்டி தூக்கும் போது அவளது கைகளுக்குள் இவன் அகப்படவில்லை. இப்படியே தொடர்ந்து போக்குக் காட்டிக் கொண்டிருந்தான்.

ஞாயிற்றுக்கிழமையன்று ஓய்வின்றி அலுவல் கணக்குகளை எழுதிக் கொண்டிருந்தேன். 'ஜல்... ஜல்...' என்று கொலுசு சத்தம் கேட்டது. வருண் மேலே வருவதை உணர்ந்தேன். எழுந்து போனேன். மலையேறுவதைப் போல ஒவ்வொரு படியாக ஏறி என்னைப் பார்க்க வந்து கொண்டிருந்தான். அவனை அழைத்துக் கொண்டு வந்தேன்.

"என்ன வேணும் உனக்கு?"

"சாக்கீ..."

"சாக்கீ (சாக்லேட்) இல்லையே... நான் கடைக்குப் போயிட்டு வர்றப்ப வாங்கிட்டு வறேன் சரியா..."

"உம்..."

அவனுக்கு ஒரு பேப்பர், பேனா கொடுத்தேன். அவன் பனை ஓலையில் எழுத்தாணி வைத்து எழுதுவதைப் போல எழுதினான். காகத்தின் சத்தம் கேட்டு ஓடி போய் "க்கா... க்கா..." என்றான். பத்து நிமிடங்களுக்குப் பிறகு அவன் கொலுசு சத்தம் கேட்கவில்லை. நான் என் எழுத்திலே மூழ்கியிருந்ததால் அவன் இங்கே இருப்பதை மறந்தே போனேன். நான் தண்ணீர் ஊற்றுவதைப் போலத் துளசிச் செடிக்குத் தண்ணீர் ஊற்றிக் கொண்டிருந்தான். "காலையிலேயே தண்ணீர் ஊத்திட்டேன்; போதும் உன் அக்கறை. வெயில்ல நிக்காத... கால் சுடும் வா... போகலாம்" என்று வீட்டுக்குள் அழைத்து வந்தேன்.

கிருஷ்ண ஜெயந்தி அன்று கிருஷ்ண வேடமிட்டு என்னைத் தேடி வந்தான்.

"ஏய்... சூப்பரா இருக்குடா... இந்த வேஷம் உனக்கு. இன்னைக்கு நீ கிருஷ்ணாவா...?"

'உம்' என்றான்.

"கிருஷ்ணா சொல்லு..."

"கிட்னா..."

"இல்லடா... கிருஷ்ணா."

"கி... ட்னா..."

"கிருஷ்ணா."

"கிட்னா..."

"அட... போடா..."

மூன்று நாட்களாக வருண் வீட்டில் இருப்பதற்கான அறிகுறி தெரியவில்லை. பாட்டி வீட்டிற்குச் சென்றுவிட்டதாகச் சொன்னார்கள். "உங்கள மாதிரி இருக்கிற யாரையாவது பாத்துட்டா... மாமா... மாமான்னு கூப்பிடுறான். ரொம்ப சீக்கிரமாகவே நீங்க ரெண்டு பேரும் குளோஸ் ஃபிரண்ட்ஸ் ஆகிட்டிங்க... என் தம்பியைக்கூட 'மாமா'ன்னுதான் கூப்பிடுறான்" என்றான் நாகராஜன்.

ஐந்தாம் நாள் அன்று வருண் தன் வீட்டிற்கு வந்தான். வீட்டுக்குள் நுழைந்த கொஞ்ச நேரத்திற்குள்ளாகவே "மாமா, மாமா"ன்னு கூப்பிடும் சத்தம் கேட்டது. வருண் என் வீட்டிற்கு வருவதற்காக வழக்கம் போல மலை உச்சிக்குப் போகக் கயிறு கட்டி ஏறுவதைப் போல மாடிப்படியில் ஏறிக் கொண்டிருந்தான். அவன் அருகே சென்று தூக்கினேன். முத்தம் கொடுத்தேன். சிரித்தான். காகங்களும் அன்று அதிக அளவில் வானில் பறந்து கொண்டிருந்தன. சந்தோஷத்தில் வருண் "க்கா... க்கா, க்கா" என்றான். காக்கை கூட்டங்களும் "க்கா..., க்கா" என்று கரைந்தன. எனக்கு பரந்த உலகமெங்கும் இந்த நொடியில் 'க்கா, க்கா' என்ற ஒலி கேட்பதாக உணர்ந்தேன். மொட்டை மாடியின் விளிம்பில் உள்ள ஒரு கட்டையைப் பிடித்தவாறு வருணைத் தூக்கி வைத்துக் கொண்டு காகங்களைக் காட்டிக் கூப்பிட்டுக்கொண்டிருந்தேன். அவன் மகிழ்ச்சியில் திமிறிக் கொண்டிருந்தான். இந்த நேரத்தில் நாகராஜன் ஜூஸ் கடைக்குப் போகக் கூப்பிட்டான். நான் ஒரு மணி நேரம் கழித்துப் போகலாம்... வருண் என்னோடு இருக்கிறான் என்று என் கவனத்தை நாகராஜனின் குரலுக்குப் பதில் சொல்வதில் வைத்த

போது... வருண் என் பிடியிலிருந்து விலகி ஒரே பாய்ச்சலில் அந்த மரக்கட்டையைப் பிடிக்க முயன்று... முடியாமல்... தன் நிலை மறந்து தாவி... அறியாமல் முதல் மாடியிலிருந்து தவறிக் கீழே சாலையில் விழுந்தான்.

"டேய்... வருண்... வருண்.... வருண்..." கத்தினேன்.

"என்ன ஆச்சி... சொல்லுங்க... என்ன ஆச்சி..." என்று நாகராஜன் கேட்டதற்குப் பதில் கூற முடியாமல் பதறி அடித்துக் கொண்டு என்ன செய்வதென்றே தெரியாமல் ஒரு மயக்க நிலையோடு சாலைக்கு வந்தேன்.

பேச்சு மூச்சு இல்லை. இரத்த வெள்ளத்தில் மண்டை பிளந்து உடைந்து கிடந்தான் வருண்.

"அய்யோ... எல்லாம் போச்சே..." மாரடித்து அழுது ஓடி வந்தார்கள் பரிமளாவும் நாகராஜன் மனைவியும்.

செய்வதறியாது தவித்து அழுதேன்.

"அட பாவி... என் பேரன கொன்னுட்டியடா.... நீ நல்லா இருப்பியா..." என்றாள் பரிமளா.

"நீ மண்ணா போவ.... ஆறு வருஷமா... புள்ள இல்லாம... இருந்து வரம் வாங்கித் தவம் இருந்து பெத்த புள்ளையக் கொன்னுட்டியடா..." என்றாள் நாகராஜன் மனைவி

"இவன கொல்ல தான் எங்க வீட்டுக்குக் குடி வந்தியா...?" என்னை வசைச் சொற்களால் திட்டித் தீர்த்தார்கள்.

அங்கே என்னால் நிற்க முடியவில்லை. நானா... கொன்னேன்? தெரியாமா தப்புப் பண்ணிட்டேன் என்று கூட சொல்ல முடியவில்லை.

வருணைக் கடைசியாகப் பார்க்க என்னை அனுமதிக்கவில்லை. துரத்தப்பட்டேன். அந்தத் தெருவே என்னைக் கேவலமாகப் பார்த்தது. அவமானத்தால் உடலெங்கும் விரக்தி பரவியது.

இன்னொரு நண்பன் வீட்டில் தங்கினேன். ஒரு வாரமாக நான் சரியாக சாப்பிடவில்லை. அழுது கொண்டே இருந்தேன். ஒரு மாதத்திற்குப் பிறகு நாகராஜன் வீட்டில் யாரும் இல்லாத சமயத்தில் நான் வசித்த மேல்தள வீட்டிற்குச் சென்று என் உடமைகளை எடுத்துக் கொண்டு மன்னிப்புக் கடிதமொன்றை எழுதி அதனோடு வீட்டுச் சாவி, இந்த மாத வாடகையைச் சேர்த்து நாகராஜனிடம் கொடுக்கும்படி... பக்கத்துவீட்டுக்காரரிடம் அழுதுகொண்டே சொல்லிவிட்டுப் புறப்பட்டேன் இழந்ததைத் திரும்பப் பெற முடியாமல்.

○

5.
வினோதம்

வெள்ளை நிற வண்ணத்தில் உயர்ந்திருந்த... அம்மாளிகையின் முன்புறத்திலும், பின்புறத்திலும் பாதுகாப்பிற்காகக் காவலர்கள் நியமிக்கப்பட்டிருந்தார்கள். சுற்றிலும் பூக்கள். பச்சைப் பசேலென பரவிக்கிடந்த செடி, கொடிகளுக்கு மத்தியில் சிறிய குளம் ஒன்றிருந்தது. தூய்மையான குளநீரில் மீன்கள் துள்ளிக் குதித்து ஆடின. கிழக்கு பார்த்து அமைந்திருந்த அந்த மாளிகைக்கு காலையில் வரும் சூரிய ஒளி அறையெங்கும் பரவியிருக்கும். இடப்புறம் நீண்ட மாந்தோப்பு, வலப் புறம் கொய்யாமரங்கள், தென்னைமரங்கள், புளியமரங்கள் இருந்தன. பூசணிக்கொடிகள், பசலைக்கீரைகள், வெங்காயச் செடிகள், வாழைமரங்கள் இருந்தன. இம்மாளிகையை வெவ்வேறு வடிவமாக அமைத்துக் கொள்ளலாம். வெள்ளை, பச்சை, சிவப்பு, மஞ்சள் என்று வெளிப்புறத் தோற்ற வண்ணத்தை நாளுக்கு நாள் மாற்றலாம். இம்மாளிகை வீட்டை சுருக்கி, வசதிகளைக் குறைத்தும் கொள்ளலாம். தார்ச்சாலையில் குறைவான வேகத்திலும், தரிசு நிலத்தில் மிதவேகமாகவும், நீரில் அதிவேகமாகவும் வேறு இடத்திற்கு இம்மாளிகையை நகர்த்தலாம். நான்கு முக சிங்கம் சிலையாக இம்மாளிகையின் நுழைவாயிலில் காணப்படும். முப்பது அடி உயரத்தில் நல்லெண்ணெய் விளக்கு எரியும். மழை பெய்தாலும், புயல் வந்தாலும் அவ்விளக்கு அணையவே அணையாது.

இரும்பிலான மனிதன் அசோகனுக்கு... உதவிகளைச் செய்து வந்தான். அவன் இரும்புக் காய்கறிகளை வதக்கி, உருக்கி, இரும்புக் விலங்குகளை வேட்டையாடிச் சமைத்துச் சாப்பிடுவான். அவனது சிந்தனை மட்டும் மனிதனது மூளை போல் செயல்படும். தண்ணீர்த் தாகத்திற்குப் பாதரசத்தைக் குடிப்பான். இருநூற்று முப்பத்து நான்கு வயதுடைய அசோகனின் பாட்டி ரஷ்ய உடைகளின் மீது

பிரியம் வைத்தவளாக இருந்தாள். ஆனால் அவள் ஒரு போதும் இந்திய கலாச்சார உடைகளின் மீது எந்தக் கண்டனக் கருத்தையும் தெரிவித்ததில்லை. மூன்று பேர் அமரக்கூடிய பறவை வடிவிலான வாகனத்தில் அசோகன் வெளியூர்களுக்குச் சென்று வருவான்.

அசோகனின் மனைவி கார்த்திகா பச்சை நிறத்தில் இருந்தாள். அவள் கண்கள் அடர் மஞ்சள் நிறத்திலும் பற்களில் கருப்பு நிறம் திட்டுத்திட்டாகவும் படிந்திருந்தது. இரண்டு தோள்களிலும் புதிய உறுப்புக் கூம்பு வடிவில் ஒரு கிலோ எடையில் இருந்தது. அது அவளது குண்டு கன்னங்களின் மென்மையை ஒத்ததாக இருந்தது. இடக் காலில் பதினான்கு விரல்களும், வலக் காலில் எட்டு விரல்களும் இருந்தன. அசோகன் கார்த்திகாவைக் காதலித்துத் திருமணம் செய்து கொண்டான். அசோகனுக்கு மூன்று கண்கள், இரண்டு வாய்கள், ஒரு கால் பெரியதாக அதிக எடை கொண்டும், இன்னொரு கால் மெலிதாகவும் காணப்பட்டன. ஒரு வாய் வெள்ளைப் பற்களோடும், மற்றொரு வாய் பற்களின்றியும் இருந்தன. பல்லில்லாத உன் வாய் மீது முதலில் காதல் பரவ ஆரம்பித்ததாக கார்த்திகா கூறினாள். குழிப்பணியாரம் மாதிரி இருக்கும் அவள் கன்னத்தின் மீது முதலில் காதல் வயப்பட்டதாக அசோகன் கூறினான். இவர்கள் இருவருக்கும் திருமணமாகி இரண்டு மாதமாகிறது. குழந்தை பெற்றுக் கொள்வதற்கான முயற்சியில் பகல் இரவு பாராமல் ஈடுபட்டார்கள். தயக்கத்தில் தொடங்கிய உடலுறவு தொடர, தொடர அதிலே வரும் இன்பத்தைக் குறைத்துக் கொள்ளாமல் ஆனந்தக் கூத்தாடினார்கள். இவர்கள் தூங்கும் படுக்கையறையைச் சுற்றிலும் பைனஸ் மரங்கள் இருந்தன. கிளைகளற்ற மாமரங்கள் செம்மாங்கனிகளைச் சுமந்து இலைகளோடு இருந்தன. மூன்று லட்சத்திற்கும் அதிகமான ரோஜா இதழ்களைக் கொண்டு உருவாக்கிய மெத்தையில் இவர்கள் கட்டிப்பிடித்துப் புரண்டாலும் அம்மலர்கள் வாடியதில்லை. நீண்ட நேரமாக... இதழ் முத்தங்களை சுவைத்துக் கொண்டிருந்தார்கள். முத்தத்தில் மூழ்கிக் கிடந்திட சின்ன ஆசைகள் கூட்டும் காமத்தில் கார்த்திகா மிதந்தாள். ஆராய்ச்சிகள் முடிவதேயில்லை. தேடிய விடை கடைசி வரை கிடைக்காது போலும் என்ற தீவிர சிந்தனையை... தோண்டித் துண்டிக்காமல் ஆழ்ந்து, மோகத்தை முத்தத்தால் இளைப்பாறாமல் மற்ற இடங்களை சுவைக்க வேண்டுமென்று எத்தனித்து விவேகமாக செயல்பட்டான் அசோகன். அக்கணத்தில் அறையைக் கடந்த இரும்பு மனிதன் இதனை ஓரக்கண்ணால் பார்த்துவிட்டான். என்னப்

பிரயோஜனம்! அவனைப் போல இரும்பு பெண்ணை அவன் எங்கே போய் கண்டுபிடிப்பான்?

ஐநூறு கிலோ எடை கொண்ட கோவில்பட்டிக் கடலை மிட்டாயை உடைத்துத் தின்று கொண்டிருந்தான் அசோகன். வானில் பறந்து திரிந்த பருந்து இதனை நோட்டமிட்டது. அசோகனோ... கல்லால் அடித்துத் துரத்திவிட்டான். கார்த்திகா "ச்சு... ச்சு... ச்சு" என்று பிதற்றினாள். அந்தப் பருந்து இவளின் 'ச்சு, ச்சு' வை ஒரு பொருட்டாகவே மதிக்கவேயில்லை. அசோகனும் கார்த்திகாவும் கவனிக்காத நேரத்தில் அப்பருந்து கடலை மிட்டாயை தன் அலகால் இறுக்கமாகப் பிடித்தது. கடலை மிட்டாயின் சர்க்கரைப் பாகு ருசியில் மயங்கி அதை விட மனமில்லாமல் திண்டாடினார்கள். கடுப்பான பருந்து அம்மிட்டாயோடு அசோகனையும், கார்த்திகாவையும், வான் நோக்கி தூக்கிச் சென்றது.

அய்யோ... பாவம் கார்த்திகா. அசோகா... அசோகா... எப்படியாவது தப்பிச்சிடு ...

"டேய் ..."

"டேய் ..."

"ஏன்டா... எங்கள தூங்கவிடாம பண்ணுற... அக்கம் பக்கத்துல... வீடு இருக்கிறது உனக்குத் தெரியாதா...! இப்படியா... சத்தம் போட்டு கத்துவ..."

"ஓ ... சாரிடா... ஒரு கனவு கண்டேன்" என்றான் அபுபக்கர்.

○

6.

அலை வரிசை

கல்லூரிப் படிப்பை முடித்த பின் ஹாஸ்டலில் நாங்கள் தங்குவதற்கான அனுமதி மறுக்கப்பட்டது. சென்னையின் மையத்தில் ஏதேனும் ஓர் பகுதியில் வாடகைக்கு வீடு எடுத்து தங்கிக் கொண்டால் கம்பெனிகள் இன்டர்வியூக்குக் கூப்பிடும் போது வெகு சீக்கிரமாகச் சென்றுவிடலாம் என்பது என் கருத்து. இதனை ஒத்துக் கொண்ட மற்ற மூன்று நண்பர்களும் வீட்டுக்கு அட்வான்ஸ் கொடுக்க என்ன செய்வது என்று கேட்டார்கள். "நீங்க யாரும் அட்வான்ஸ் கொடுக்க வேணாம். நானே தந்துடுறேன். வாடகை மட்டும் கரெக்ட்டா தந்துடணும். சரியா... சரியா..." என்றேன். மூவரும் தலையசைத்தார்கள்.

கல்லூரி ஹாஸ்டலிலிருந்த மூட்டை முடிச்சுகளை அள்ளிக் கொண்டு நண்பன் ஒருவன் ஏற்கனவே வடபழனியில் பார்த்து வைத்திருந்த வீட்டிற்குக் குடி புகுந்தோம். பழைய வீடு மாதிரியான தோற்றம். அவ்வீட்டிற்கு அருகே வில்வ மரமும், ஐந்து இரு சக்கர வாகனங்கள் நிறுத்துவதற்கான இட வசதியும் இருந்தன. அன்று காலையில் நான் மற்றும் இத்தெருவில் அறிமுகமான ஒருவனும் சேர்ந்து உணவகத்திற்குச் சென்றோம். அப்பொழுது அங்கே ஒரு பெண் ஓடி, ஆடித் திரிந்து கொண்டிருந்தாள்.

"யாருடா இந்த பொண்ணு"

"இந்த பொண்ண... எனக்கு தெரியும். நான் பேசுனது கிடையாது. காலேஜ் படிக்கிறா... இந்தத் தெருவுக்கும், காதலுக்கும் நெருங்கிய தொடர்பு இருக்கு பிரதர்."

"உண்மையாவா..."

"உண்மை தான்."

"டேய்... சீக்கிரம் வேலைக்குப் போற வழிய பாரு. அதவிட்டுட்டு... அவ யாரு, இவ யாருன்னு கேட்டுக்கிட்டு... உன் பேர டேமேஜ்

பண்ணிக்காத…" என்று எங்கள் எதிரே வந்த நண்பன் எச்சரித்துப் போனான்.

வேலை தேடிக் கொண்டிருந்த காலக்கட்டத்தில் ஒரு நாளைக்கு மூன்று அல்லது நான்கு முறை நண்பர்களோடு டீ கடைக்குச் செல்ல வேண்டிய நிலைமை ஏற்பட்டது. இப்படியாக நாங்கள் சேர்ந்து செல்லும் போதும் அல்லது நான் மட்டும் தனியாக டீ குடிக்கச் செல்லும் போதும் அவளைப் பார்த்து இருக்கிறேன். அவளும் சில நேரம் தனியாக அல்லது அவளை விட வயது குறைவான பெண்ணுடன் சேர்ந்து வருவாள். ஏதோ நெஞ்சுக்குள் ஒரு சின்ன சுகம் அவளைக் கண்டதும் ஏற்பட்டது. அது சக மனிதர்களிடம் வைக்கும் ஓர் அன்பா, புரிந்த பிரியமா, நட்பா, காதலா, விருப்பமா, ஆசிர்வாத தொடர்பா… இதனுள் எதில் அவளை கோடிட்டுக் காட்டுவது என்பது முடிவு செய்யப்படாமல் அச்சமயம் இருந்தது.

அவள் போகின்ற, வருகின்ற நேரத்தைக் குறித்து வைத்துக் கொண்டேன். என் போலவே அவளும் செய்து இருப்பாள் என்று தோன்றுகிறது. ஏனென்றால் நான் எப்பொழுது வெளியே செல்கிறேனோ… அச்சமயம் அவள் வீட்டுக்கு வெளியே நிற்பாள். நான் சில வேலைகளை முடித்துவிட்டு வீட்டுக்கு வருகின்ற நேரத்திலும் எனக்காகக் காத்திருப்பவள் போல நிற்பாள். நண்பர்களிடம் பொய் சொல்லி… அவள் கல்லூரிவிட்டு வருகின்ற நேரத்திற்கு டீக்கடையிலோ, தெருவிற்குள்ளோ நிற்பேன். அவள் கொஞ்சம் என்னைக் கவனிக்கிறாள் என்று உறுதிப்படுத்திக் கொண்டேன்.

ஒருமுறை நான் நடந்து செல்லும் போது… யாரோ ஒருவர் வீட்டின் சுவரைப் பிடித்துக் கொண்டு தெருவை எட்டிப் பார்ப்பது போல் தோன்றியது. சிரிப்புக் கலந்த குரலும் கேட்டது. அவ்விடத்திலிருந்து பத்தடித் தூரம் சென்று திரும்பிப் பார்த்த போது அவள் முகத்தைப் பார்த்து விட்டேன். "அய்யய்யோ பாத்துட்டாங்கடி…" என்று அதிகமான சிரிப்பொலியோடு ஓடிவிட்டாள். ஒரு நண்பனிடம் இந்தத் தகவலைக் கூறி அவள் பெயரைத் தெரிந்துகொண்டேன். அவள் பெயர் நந்திதா. பதினோராம் வகுப்பு படிக்கின்ற அவளது குட்டித் தோழியின் பெயர் அட்சயா.

வேறொரு சமயத்தில் நான் சூப்பர் மார்க்கெட் சென்று வரும் போது நந்திதாவும் அட்சயாவும் என் எதிரே நடந்து வந்தார்கள். நான் எதேச்சையாகத் திரும்பிப் பார்த்தபோது நந்திதாவும் திரும்பிப்

நலங்கிள்ளி | 35

பார்த்தாள். இந்தச் சம்பவத்தைப் போல பல "திரும்பிப் பார்த்தல்கள்" எங்களுக்குள் நடந்தன.

"டேய் ஆனந்த்... நந்திதா என்ன பாக்குறாடா... அவளுக்கு என்ன புடிச்சிருக்குன்னு தோணுதுடா..."

"அப்படியா...நீ அவகிட்ட பேச வேண்டியது தானே..."

"எப்படி பேசறதுன்னு தெரியல..."

"அட்சயாகிட்ட ஏதாவது பேசு. அந்தப் பொண்ணு 'ஃபிரண்லீ டைப் '. அவகிட்ட ஃபிரண்ட் ஆகிட்டன்னா... நீ நந்திதாகிட்ட ஈஸியா பேசிடலாம்."

"வாவ்...நல்ல ஐடியா கொடுத்த..."

தள்ளுவண்டியில் காய்கறி விற்பனை செய்து கொண்டு வந்தவரிடம் கேரெட் வாங்கிக் கொண்டிருந்த போது அங்கே அட்சயா வந்தாள்.

"அட்சயா....அட்சயா...."

"சொல்லுங்க..."

"நான் வாடகை கொடுக்கணும். ஹவுஸ் ஓனர் வீட்டுல இருக்குறாரா...."

"ம்..... இருக்காரே... நீங்க போய் பாக்கலாம்..."

அட்சயா என்னிடம் ஏற்கெனவே நன்றாகப் பழகியவளைப் போல பேசினாள்.

"அட்சயா... நந்திதா என்ன படிக்கிறா?"

"பி.எஸ்.சி. மைக்ரோ பயாலஜி."

"உங்களப் பத்தி அவுங்களும் ஏதாவது கேட்பாங்க. நான் எனக்கு என்ன தெரியும்? நீங்க...போயி.... அவர்கிட்டேயே... கேளுங்க'ன்னு சொல்வேன்" என்றாள்.

அன்றொரு நாள் நந்திதா வரும்போது இன்னைக்கு காலேஜ் இல்லையான்னு கேட்டேன்.

"இன்னைக்கு லீவு" என்றாள்.

'இன்னைக்கு லீவு' இந்த வார்த்தை அன்றைய நாள் முழுவதும் உச்சகட்ட பேரானந்தத்தில் என்னை ஆழ்த்தியது.

மாடிப் படியிலிருந்து இறங்கி என் பைக் அருகே நான் வந்த போது என்னிடம் வந்து 'டைரி மில்க் சாக்லெட்' ஒன்றைக் கொடுத்துவிட்டு எதுவும் பேசாமல் ஓடிவிட்டாள்.

அன்று இரவு அவளிடம் "சாக்லெட் ரொம்ப நல்லா இருந்தது" என்றேன்.

"இன்னும் வேணுமா" என்றாள்.

"நீ தந்தா... சாப்பிடாமலா போய்டுவேன்!"

"இன்னொரு நாள் நெறைய சாக்லெட் தருகிறேன்" என்றாள்.

....

அட்சயா வீட்டு ஜன்னலிருந்து "ஹாலோ சார், ஹாலோ சார்" என்று கூப்பிடும் குரல் கேட்டது.

"யாரு...."

"நான் தான்"

"நான் தான்னா..."

அதற்குள் அங்கே நந்திதா முகம்."

"ஹே... இங்க என்ன பண்ணுற..."

"ம்...கொலு வச்சிகிட்டு இருக்கேன்."

"இந்த மாசத்துல ஏது கொலு?"

"ஹாலோ...நான் உங்களப் பாக்க வந்தேன். கொலு வைக்கல்லாம் வரல..."

"அட்சயா வீட்டு ஜன்னலிருந்து பாத்தா... நீங்க தெரிவீங்க. அதான் இங்க வந்தேன்".

"மொட்ட மாடிக்கு வர்றீங்களா..."

"அட்சயா வீட்டுல திட்டமாட்டாங்களா..."

"இங்க யாரும் இல்ல. அட்சயா மட்டும் தான் இருக்கா."

"சரி... "

மாடிக்குப் போனேன். மிக,மிக அருகே நின்றோம்.

அவள் மிக இளமையான, தெளிவான வார்த்தைகளால் தன் குறும்புத்தனமான பேச்சை வெளிப்படுத்தினாள்.

"நந்திதா நீ இங்கேயே இரு, நான் சாக்லெட் வாங்கிட்டு வந்திடுறேன்."

“அதெல்லாம் ஒண்ணும் வேணாம். நாம பேசிட்டு இருக்கலாம். நான் சீக்கிரமாக வீட்டுக்குப் போகணும். லேட்டா போனா... அம்மா என்ன தேட ஆரம்பிச்சிடுவாங்க....”

அவளது பள்ளி நாட்கள், பிடித்த பாடல்கள், கேம்ஸ், உறவினர்கள், உணவு வகைகள், பயணங்கள், ஆடைகள் நான் எதைப்பற்றியும் கேள்வி எழுப்பாமலே... அவளைப்பற்றியான மொத்த தகவலையும் சொல்லி முடித்தாள்.

எங்கள் உரையாடலுக்குக் காவலாக அட்சயா வீட்டின் கீழ் பகுதியில் நின்று “யாராவது வந்தா சொல்றேன்” என்று கூறி நின்று கொண்டிருந்தாள். இது போன்று சில முறை இந்தத் தெருவில் பிரச்சனை இல்லாத இடத்தில் நின்று பேசி கொண்டு இருந்திருக்கிறோம். என்னுடைய அலைபேசி எண்ணையும் வாங்கி கொண்டாள்.

அன்றிரவு நானிருந்த வீட்டிற்குக் கீழே குடியிருந்த பேச்சுலர்களில் வயது மூத்த ஒருவர் என்னைக் கூப்பிட்டார்.

“இந்த வீட்டுக்குக் குடிவந்து நாங்க ஆறு வருஷம் இருக்கும். எங்க மேல ஒரு ‘கம்பளைண்ட்’ கூட வந்ததில்லை. நீ இப்ப தான் குடிவந்த அதுக்குள்ள நந்திதா கூட பேசிக்கிட்டு இருக்குறதா சொல்லுறாங்க... நீயும் நந்திதாவும் லவ் பண்றீங்களா? அடிக்கடி மீட் பண்றீங்களா? நம்ம தெருவுல இருக்கிற சின்ன பசங்க வரைக்கும் தெரிஞ்சிருக்கு... இதெல்லாம் தப்பு இல்லையா?”

“ஹலோ...பிரதர் அவகிட்ட நான் பேசுறது உண்மை தான்.”

“அவுங்க வீட்டுலருந்து யாராவது வந்து உங்ககிட்ட கேட்டாங்களா? என்னப் பத்தி ஏதாவது சொன்னாங்களா? நீங்க ஏன் இவ்வளவு அக்கறையா கேட்குறிங்க?”

“நம்ம ஹவுஸ் ஓனருக்குத் தெரிஞ்சா...பிரச்சனை பெருசாகும்”

“அத...நான் பாத்துகிறேன். நீங்க போயி உங்க வேலையப் பாருங்க....”

இந்த வயது முதிர்ந்த பேச்சுலர் சொன்ன விஷயத்தை நந்திதாவிடம் கூறினேன். அவள் சிரித்துவிட்டு “இதற்கு நான் என்ன சொல்லறதுன்னே... தெரியல. நீங்க போயி அட்சயாகிட்ட இந்த விஷயத்த சொல்லுங்க...” என்றாள்.

அட்சயாவிடம் சொன்ன போது “அண்ணே... அவுங்களுக்கு பொறாமை. இதுக்கு முன்னாடி குடியிருந்த பேச்சுலர்ஸ், இப்ப

அந்த வீட்டுல இருக்கிற சில பேர் நந்திதா அக்காகிட்ட ‘லவ் ப்ரபோஸ்’ பண்ணுனாங்க. அக்கா ‘அக்செப்ட் பண்ணல’. இப்ப... நந்திதா அக்காவும் நீங்களும் குளோசா இருக்குறது அவுங்கள கடுப்பேத்தியிருக்கும்” என்றாள்.

நந்திதாவைப் பற்றி எந்தக் குறையும் சொல்ல முடியாது. அழகும், அன்பும் பொருந்தியவள். அவளது குரலும் கேட்பதற்கு இனிமையாக இருக்கும். பிறரைக் கவரும் தன்மை பொருந்தியவள்.

ஒரு நாள் பானிபூரி சாப்பிட கூப்பிட்டாள். நான் அங்கே போனேன். அட்சயாவும் அவளருகே நின்றிருந்தாள். என்னை ஆழமாக நோக்கும் அவளது கண்களை எதிர் கொள்ள முடியாமல் இருந்தேன். சின்ன, சின்ன உரையாடலுக்கிடையில் அஸ்தமிக்கும் அந்த வெளிச்ச சிரிப்பைப் பார்க்க கண்ணிரண்டு போதாது. எங்களுக்குள் மேலும் பல புரிதல்கள் உண்டாயின.

நந்திதாவின் பிறந்த நாளன்று புதிய ஆடை உடுத்தி வந்து காண்பித்தாள்.

“சூப்பர்... உனக்கு எந்த ட்ரெஸ் போட்டாலும் அழகா தான் இருக்கும். “யூ ஆர் ஆல்வேஸ் க்யூட்!” என்றேன்.

“தேங்க்யூ...”

நானும் அரவிந்தனும் தெருவில் நடந்து வந்த போது எதிரே வந்த நந்திதா என்னைப் பார்த்துக் கண்ணடித்தாள்.

“என்னடா... நடக்குது இங்க ... அந்தப் பொண்ணு உன்ன பாத்து கண்ணடிக்குது...”

நான் சிரித்துக் கொண்டே... “அதெல்லாம் நீ கண்டுக்காத... ஏதோ... எங்கிட்ட சொல்லிக்கிட்டு வந்தியே அத...கண்டினியூவ் பண்ணு...”

“சம்திங் ராங்.... இது எங்க போயி முடியப் போகுதோ...”

நான் வேலை தேடும் நேரம் போக, மீதமிருந்த நேரங்களில் வங்கித் தேர்வு எழுத புத்தகங்கள் வாங்கிப் படித்தும் கணிப்பொறி பயன்படுத்தியும் மூன்று அரசு வங்கிக்கான தேர்வுகளை எழுதினேன். இதில் ஒரு வங்கியில் தேர்வாகி திருச்சியில் பணி புரிய வேண்டிய நிலை உருவானது. இதனை நந்திதாவிடம் தெரிவித்த போது மிகவும் ஆனந்தப்பட்டாள். அவள் என்னைப் பிரிவதற்கான வருத்தத்தை வார்த்தைகளால் தெரிவிக்கவில்லையென்றாலும் அவளது கண்கள் உணர்த்தின. நண்பர்கள் கேட்ட ட்ரீட்டைக் கொடுத்துவிட்டு

நந்திதாவின் அன்பை இழக்கிறேனே என்ற வலியை நெஞ்சில் ஏந்தி திருச்சி வந்தடைந்தேன். தொடக்கத்தில் அடிக்கடி நானும் அவளும் அலைபேசியில் பேசிக் கொண்டோம். இங்கே எனக்கு பணிச் சுமை அதிகமானது. அவளிடம் பேசுவதற்கான வாய்ப்பின் நேரம் குறைந்தது. என் மீது அவளுக்கு அதிகமான கோபம் கூட ஏற்பட்டிருக்கலாம். என் குடும்பத்தார்கள் சில கூடுதல் பொறுப்புக்களை எனக்குத் தந்தார்கள். அதற்காக நான் அதிகமாக உழைக்க வேண்டியிருந்தது. தினந்தோறும் ஏதோ ஒரு தலைப்பை வைத்துக் கொண்டு வெகு நேரம் பேசிய தருணங்கள் சுருங்கி விடுமுறை நாட்களில் சில மணி நேரங்கள் மட்டுமே நான் நந்திதாவிடம் பேசுவதற்கான கட்டாயத்தில் தள்ளப்பட்டேன்.

....

நந்திதாவின் தந்தை மரணம் அவளது வாழ்க்கைச் சூழலை முற்றிலுமாக மாற்றிவிட்டது. அவள் கல்லூரிப் படிப்பை பாதியிலேயே நிறுத்தி விட்டு ஒரு லேப்டாப் ஷோரூமில் வேலைக்குச் சேர்ந்தாள். அந்த வருமானத்தை வைத்துத் தன் குடும்ப செலவு, தன் தம்பி, தங்கைக்கான பள்ளி, கல்லூரிப் படிப்புச் செலவைக் கவனித்துக் கொண்டாள். குடும்பத்தை இயல்பாக நகர்த்துவதற்கான வழிவகைகளை ஏற்படுத்திக் கொண்டாள்.

கோடை மழை பெய்த ஒரு தினத்தில் அந்த ஷோரூமில் வேலை செய்து கொண்டிருந்த அச்சுதனை நந்திதா திருமணம் செய்து கொண்டதாக அரவிந்தன் சொன்னான்.

○

7.
சார்

இரவு மணி எட்டு இருக்கும். என்னைக் காத்திருக்கச் சொல்லிவிட்டுப் போனவர் தற்சமயம் மணி ஒன்பதாகியும் வரவில்லை. அப்பார்ட்மெண்ட் செக்யூரிட்டியிடம் கேட்ட போது "அவர் நம்பர் உங்ககிட்ட இருக்குள்ள... நீங்களே கால் பண்ணி கேளுங்க..."என்றார்.

"அவர் போன் நாட் ரீச்சபில் வருது" என்றேன்.

"தெரியாது சார்."

"வெயிட் பண்ணலாமா.......?"

செக்யூரிட்டி பதில் எதுவும் சொல்லவில்லை.

"என்ன...? இந்த மனுசன்! ஒரு மணி நேரமா..... நிக்க வச்சிட்டு போயிட்டாரு."

அடுத்த நாள் 'நியூ இயர்' என்பதால் அலங்கரித்த விளக்குகளால் வெளித்தோற்றத்தில் பிரமிக்க வைக்கும் இந்த அப்பார்ட்மெண்டில் வசிப்பதற்கு ஒரு தனித் தகுதி தேவை. குழந்தைகள் முதல் பெரியவர்கள் வரை நியூ இயர் செலிபரேசனுக்காக ஆயத்தமாகிக் கொண்டிருந்தார்கள். சிலர் அட்வான்ஸ் ஹேப்பி நியூ இயர் சொல்லிக் கொண்டிருந்தார்கள். அந்த அப்பார்ட்மெண்டிலிருந்த டிபார்ட்மெண்ட் ஸ்டோரில் ஒருலிட்டர் நல்லெண்ணெய் பாக்கெட் வாங்கிக் கொண்டு வந்த சிறுவன் ஓடிவரும் போது தவறுதலாய் அந்த பாக்கெட்டைக் கீழே போட்டிட..... டைல்ஸ் தரையெங்கும் எண்ணெய் பரவிப் போகும் போது துடைப்பதற்கு நியூஸ் பேப்பரையும், பழைய துணியையும் எடுத்து வர ஓடினார் செக்யூரிட்டிகளில் ஒருவர்.

"ஹலோ... நண்பா...... சாரி. பணம் கொடுக்கப் போயிருந்தேன். அதான் லேட்."

“பரவாயில்ல சார்......”

“அட்வான்ஸ் ஹேப்பி நியூ இர்...”

“யா.... விஷ் யூ த சேம்.”

“வாங்க வீட்டுக்குப் போகலாம்.”

இரண்டாம் தளத்தில் இருந்த அவர் வீட்டு காலிங் பெல்லை அழுத்தினார். அது பிறந்த பூனைக் குட்டியின் ஓசை போல் கேட்டது. “வாங்க..... உட்காருங்க...” என்றார் அவரது மனைவி. குடிக்க வாட்டர் பாட்டிலில் தண்ணீர் தந்தார்கள். குடித்துவிட்டுக் குனிந்த போது ஓடிப் பிடித்து விளையாடிக் கொண்டிருந்த சிறுவர்களுள் ஒருவன் “டாடி..... டாடி......... இவன் அடிக்கிறான். என்று குரல் கொடுத்தான். “டேய்! சைலண்டா இருங்க. அங்கிள் வந்திருக்காங்கள்ள...” என்றவரைக் கண்டு கொள்ளாமல் அவரைச் சுற்றி இருவரும் வட்டமடித்தார்கள். அவருக்கு இரண்டு மகன்கள் இருப்பதை அறிந்து கொண்டேன். பெயர் தெரியாத பொம்மைகள் சோஃபாவில் நிரம்பிக் கிடந்தன. சுவர்களில் ஒட்டப்பட்டிருந்த கார்ட்டூன்களின் அர்த்தம் புரிந்து கொள்வதற்கு எனக்குத் தாமதமானது. வெகு நாட்களாகப் பயன்படுத்தாமல் இருந்த ‘டிரெட்மில்லில்’ பனியன்களும், சட்டைகளும் கிடந்தன. நான் உட்கார்ந்த உடனே உள்ளுக்கிழுத்த ‘பீன் பேக்’ அசதியை உண்டாக்கிச் சிறு மயக்கத்தைத் தந்தது. டைனிங் டேபிலில் அடுக்கி வைத்திருந்த புத்தகத்திற்கு மத்தியிலிருந்த ‘ஆப்பிள் மேக் புக் புரோ’ லேப்பின் மேல் ‘நவரத்னா ஹேர் ஆயில்’ இருந்தது. அளவான ‘கம்யூட்டர் சாம்பிராணி’ நறுமணத்தோடு அவர் மனைவி தயார் செய்து கொண்டிருந்த இட்லி, சாம்பார் வாசம் எனக்குக் காலை அல்லது மாலை நேரத்தில் ‘தஞ்சாவூர் காபி பேலஸ்’ ஹோட்டலுக்குச் சாப்பிட நுழைந்தால், அங்கே வரும் பரிபூரண வாசத்தை நினைவூட்டியது. கொசுவின் வருகையைத் தடுப்பதற்காக ஜன்னல்கள் சாத்தப்பட்டு ‘குட் நைட் காயில்’ ஆன் செய்யப்பட்டிருந்தது.

“கம்மிங் வெட்னஸ்டே ஒரு ஜுவல்லரி விளம்பரம் ஷூட் பண்ணி கொடுக்கணும். அதுக்கு நீங்க கன்டென்ட் எழுதுறீங்களா?”

“நிச்சியமா... எழுதுறேன். சார்....”

“கடை பேரு எஸ்.எஸ். ஜுவல்லரி. அவுங்ககிட்ட ரிங், பேங்கல், தோடு, பிளாட்டினம் நெக்லஸ், எல்லாமே இருக்கு. இப்ப புதுசா... ஒரு டைமண்ட் ரிங் அறிமுகம்படுத்துறாங்க... ஒன் மினிட் இருங்க...”

"ஓகே சார்!"

அங்கே நின்றிருந்த அவரின் மகன்களில் ஒருவனிடம் "தம்பி.... உன்... பேரு என்ன?" என்றேன்

"ஆதித்."

"ஓ..... நைஸ் நேம்."

"என்ன படிக்குற?"

"போர்த் பீ"

"பீ" ன்னா

"அது செக்‌ஷன்...."

"குட்..."

"இது தான். அந்த டைமண்ட் ரிங். போட்டோ வேணும்னாலும் எடுத்துக்கோங்க..."

"க்ளிக்....."

"பாரம்பரியம் மிக்கது, அனைவருக்கும் பிடிப்பது, பல டிசைன்களில் இருக்குது. அந்த விஷயங்கள் வரணும். கண்டெண்ட் புது ஐடியாவா வைக்கணும். அதுக்கு உங்க ரைட்டிங் தேவை."

"கண்டிப்பா சார்... என்னைக்கு வேணும்?"

"டுமாரோ ஈவினிங் எழுதித் தந்துடுறிங்களா?"

"ஓகே..... சார்"

அன்றிரவு வீட்டிற்கு என் மனைவியின் சொந்தக்காரர்கள் வந்திருப்பதை மறந்தே போனேன். அவர்களின் வேலை நிமித்தங்கள், குடும்ப நிலவரங்கள் பற்றி விசாரித்து விட்டு ஒரு மணி நேரத்திற்குள் எஸ்.எஸ். ஜூவல்லரிக்கான கண்டெண்ட் எழுதி முடித்தேன்.

விடியற்காலையில் குளிர்காற்று வீசியது. நான் ஏ.சி.யை ஆஃப் செய்துவிட்டுப் போர்வையை இழுத்து மூடிக்கொண்டு தூங்கிவிட்டேன். எழுந்தபோது காலை மணி ஒன்பது இருபது. தெருக்களின் பள்ளங்களில் மழைநீர் நிரம்பியிருந்தது. வெப்பமில்லாமல் நகர்ந்த நிமிடங்களில் வானத்திலிருந்து கொட்டும் நீர்த் தூறல்களால் நான் வெளியே செல்லலாமா...? வேண்டாமா? என்று யோசிக்க வேண்டியிருந்தது.

உடல் தூய்மை முடித்தேன். உபத்திரம் தராத உணவு உண்டேன். மெயில்களைப் பார்த்தேன். மீண்டும் ஒரு அரைமணி நேர உறக்கம். நான்கு மணிக்கு சாரிடமிருந்து அழைப்பு வந்தது.

“சார்...... சொல்லுங்க...”

“எழுதிட்டிங்களா...?”

“ரெடி சார்”

“ஆறு மணிக்கு வந்திடுங்க...”

“வந்துடறேன்... சார்”

“சரிங்க...”

பார்க்கிங்கில் வண்டியை நிறுத்திவிட்டு அவர் வீட்டிற்குச் சென்றேன். சார் மட்டும் இருந்தார். அவரது மனைவியும் இரண்டு பிள்ளைகளும் அங்கே இல்லை.

“எங்க சார் பசங்க....?”

“ஊருக்குப் போயிருக்காங்க...”

“ஓ... அப்படியா?”

எஸ் எஸ்.எஸ் ஜூவெல்லரிக்கான காட்சிகளை எப்படி எடுத்தால் நன்றாக இருக்கும் என்பதை விளக்கிவிட்டு, எழுதிய தகவல்களைப் படித்துக் காண்பித்து அவருக்குப் புரியும் படி சொன்னேன்.

“சூப்பர்... இததாங்க எதிர்பார்த்தேன். அயம் ஹேப்பி”

“தேங்க்யூ..... சார்”

“வாங்க மொட்டை மாடிக்குப் போகலாம்” என்றார்.

“போலாமே!”

அவசரமாக நகர மேம்பாட்டிற்கு அரசு அமைத்திருக்கும் புதிய பூங்காக்களில் கூட்டம் கூட்டமாக மக்கள் வாக்கிங் போவதைப் போல அப்பார்ட்மெண்டில் குடியிருப்பவர்கள் மொட்டை மாடியில் வாக்கிங் போய்க் கொண்டிருந்தார்கள். சாரின் உதவியாளர் எங்களுக்கு ‘கிரீன் டீ’ கொண்டு வந்து தந்தார். திருமணமான பெண்கள் அரைகுறை ஆடைகளில் உடற்பயிற்சி செய்து கொண்டிருந்தார்கள். அரைகிலோ மீட்டர் சுற்றளவில் அமைந்திருந்த அந்த மொட்டை மாடியில் கொடிக் கயிறே இல்லை என்பது ஆச்சரியத்திற்குரிய ஒன்றெனத் தோன்றியது. சாரின் விளம்பரப் பட உலகில் கிடைத்த

அனுபவங்களை நகைச்சுவையாகவும் பல கிளைக்கதைகளாவும் சொல்லிக் கொண்டிருந்தார். இருள் சூழ்ந்து மேகங்கள் தூறல் தொடங்கிட... கீழே அவரது வீட்டிற்கு வந்தமர்ந்தோம். மீண்டும் நிறைய அவரது அனுபவங்களை ஒரு கதை சொல்லி போல என் முன் வீசினார்.

"நீங்க மேரீடா?"

"ஆமாம்"

"பசங்க?"

"இரண்டு பசங்க."

"உங்களுக்கும் இரண்டு பசங்களா....!"

"எஸ்...சார்!"

"என்ன சார் திடீருன்னு ஊருக்குப் போயிருக்காங்க...?"

"போகணும்னு சொன்னா... போன்னு சொல்லிட்டேன்."

"உங்க பதிலே என்னை கேள்வி கேட்க வைக்குது."

சத்தமாகச் சிரித்தார்.

"எனக்கும் என் ஓயிஃப்புக்கும் சின்னதா மனஸ்தாபம்; அது பூதாகரமான பிரச்சனையாகிடிச்சி. எவ்வளவு உண்மையா இருந்தாலும் பணம் இல்லன்னா இங்க மதிப்பே கிடையாது."

"உங்க ஓயிஃப் எப்படி?"

"அவளோட தேவை ரொம்பவும் சாதாரணமானது. மேக்சிமம் செஞ்சிடுவேன். அதனால எங்களுக்குள்ள பெருசா சண்ட இருக்காது."

"கிரேட்...... குட்..."

"இவ.... அப்படிக் கிடையாது. அவளுக்குத் தேவையானது எல்லாம் உடனே நடந்திடணும். அவளோட அம்மா, அப்பா, தங்கச்சி, தாத்தா, சொந்தக்காரங்க வரைக்கும் நான் தேவையானதைச் செய்யணும். செய்யலன்னா என்கிட்ட பேசமாட்டா... என் மேல உள்ள கோபத்த புள்ளைங்ககிட்ட காட்டுவா. சமைக்காம உட்காந்திருப்பா... சுகில அவளுக்கும், பசங்களுக்கும் மட்டும் புட் ஆடர் பண்ணுவா... அவள சமாதனப்படுத்திப் பேச வைக்கிறதுக்குள்ள போதும் போதும்னு ஆகிடும். வாரத்துல நாலு நாள் சண்ட வந்துகிட்டேயிருக்கும். இவளோட சத்தம் தாங்க முடியாம... பக்கத்து வீட்டுக்குப் புதுசா குடி

வந்தவங்க மூணே மாசத்துல காலிப் பண்ணிட்டுப் போயிட்டாங்க. இப்ப தான் மொத மொறையா கோச்சிகிட்டுப் போறான்னு நெனைக்காதிங்க. எனக்குத் தெரிஞ்சி இது பதினைந்தாவது தடவையா இருக்கும். 'பெரும்பாலான வீட்ல புருஷன் திட்டி, பொண்டாட்டி கோச்சிகிட்டுப் போவாங்க... ஆனா என் வீட்ல பொண்டாட்டி புருஷன திட்டி பொண்டாட்டியே கோச்சிக்கிட்டு போகுது'. அவள புரிஞ்சிக்கவே முடியல. போன வாரம் இவ ஃபிரண்ட் ஒருத்திக்குப் பணம் போடுறதுக்குப் பதிலா வேறு ஒரு அக்கவுண்டுல பணத்த மாத்திப் போட்டுட்டா... நான் கேசுவலா அத ஈஸியா சரி பண்ணலாம் கூலா இருன்னு... சொல்லி ஃபிராப்லத்த சால்வ் பண்ணினேன். அதே தப்ப நான் செஞ்சியிருந்தா... அவ்வளவு தான். அன்னைக்கு முழுக்க டார்ச்சர் பண்ணி என்னய... சாகடிச்சிருப்பா. எனக்கு நடக்குற பிரச்சன மாதிரி உங்களுக்கு இருக்காதுன்னு நெனக்கிறேன். கரெக்ட்டா..."

"கரெக்ட்டு தான் சார். சரி ஆகிடும் கவலப்படாதீங்க..."

"இவள சரியாக்கலாம் முடியாதுங்க, எல்லாம் என் விதி... அனுபவச்சி தான் ஆகணும்."

"சார் மழை விட்டுடிச்சி, மூணு நாளைக்கு மழை இருக்கும்னு 'வெதர் ரிப்போர்ட்ல' சொல்லி இருக்காங்க. அடுத்த மழை வர்றத்துக்குள்ள வீட்டுக்குப் போகணும். நான் கிளம்புறேன் சார்"

வழியனுப்பி வைத்தார்.

என் முதல் தள வீட்டிற்குப் படியேறும் போது என் மனைவி சமையலில் வந்த சப்பாத்தி குருமா வாசம் மூக்கின் இரண்டு துவாரங்களில் நுழைந்து ஒரு பரவசத்தை உண்டாக்கியது. குளிர் படர்ந்த வீட்டிற்குள் வெதுவெதுப்பாக வயிறு நிரம்பச் சாப்பிட்டுவிட்டு ஆழ்ந்த உறக்கத்திற்குச் செல்ல வேண்டும் போல் இருந்தது எனக்கு. டி.வி. பார்த்துக் கொண்டிருந்த என் இரண்டு மகன்களும் என்னைக் கண்டு கொள்ளவேயில்லை. முழு வீச்சில் சமையல் பணியில் ஈடுபட்டிருந்த என் மனைவி நான் வந்ததை அறிந்து என்னிடம் பேச வந்தாள். குழந்தை போல் குடும்ப விஷயங்களை அவள் சொல்லும் விதத்தைக் கேட்கவே நான் கொடுத்து வைத்தவன் என்று கருதுகிறேன்.

நான்கு நாட்கள் கழித்து சாரிடமிருந்து அழைப்பு வந்தது.

"ஹலோ."

"சார்... குட்மார்னிங்"

"குட்மார்னிங்..."

"ஃப்ரீயா இருக்கிங்களா?"

"இருக்கேனே!"

"ஒரு டாக்குமெண்டரி ஷூட் பண்ணி கொடுக்கணும். அத பத்தி நம்ம டிஸ்கசன் பண்ணனும்; வரமுடியுமா?"

"வந்திடுறேன் சார்."

"எவ்வளவு நேரமாகும்...?"

"ஒன் ஹவர்ல வந்திடுறேன் சார்..."

"வாங்க.... வாங்க..."

காலிங் பெல்லை அழுத்தினேன். வீட்டின் கதவை சார் தான் திறந்தார். 'ஜெனிபர் லோபஸ்ஸின்' பாடல் ஒன்று எல்.இ.டீ டிவியில் ஓடிக்கொண்டிருந்தது.

"என்ன சார்? தனியாவா இருக்கீங்க"

"ஆமாங்க...."

"இன்னும் அவுங்க வரலையா..."

"இல்ல..."

"உங்களுக்கு சாப்பாடு எப்படி?"

"ஹோட்டல். சம் டைம் நான் குக் பண்ணிப்பேன்."

"ஓ..... குக்கிங்கெல்லாம் தெரியுமா...?"

"பேச்சுலரா இருந்த டைம்ல கத்துகிட்டேன். அப்ப யூஸ் ஆனதோ இல்லையோ... இப்ப நல்லா யூஸ் ஆகுது..."

"அப்படி என்ன உங்களுக்குள்ள பிரச்சனை?"

"அது ஒரு கேவலமான கதை. சொல்லவே வெட்கமா இருக்கு. ஒரு நாள் சொல்றேன்."

"சார்... உங்களுக்கு போன் வருது."

"ஹலோ... சொல்லு... சொல்லு... செல்லம் சாப்டியா...? என்ன... சாப்ட்ட...? உன்னப் பாக்கணும் போலவே இருக்குமா! உடம்ப பாத்துக்கோ... ஐஸ்கிரீம் அதிகமா சாப்பிடாத..."

அவர் அக்கறையாகவும், ரொமண்டிக்காவும் பேசி முடித்து செல் போனை வைத்தார். நான் யாரென்று கேட்கவில்லை.

“கொஞ்சம் இருங்க.... ரெஸ்ட்ரூம் போய்ட்டு வந்துடறேன்.”

“சரிங்க சார்”

என் அருகில் இருந்த அவரின் அலைபேசியில் ரிங் வந்தது. நான் எதேச்சையாக அந்த போனைப் பார்த்த போது ‘ஸ்வீட்டி ஒன்’ என்றிருந்தது. மெசேஜ் ஒலி வந்தது. அந்த மொபைல் ஸ்கிரீனில் ‘ஐ மிஸ் யூ’ என்று காட்டியது. இவர் மனைவி இவரைத் தவிர்ப்பதற்கான காரணத்தைக் கண்டுபிடித்துவிட்டேன். இவருக்கு வேறொரு பெண்ணோடு தொடர்பிருக்கிறது என்று உறுதியாக்கிக் கொண்டேன். ரெஸ்ட் ரூமிலிருந்து வந்த சாரிடம்... “உங்களுக்கு கால் வந்தது என்றேன்.” “ஓ” என்று கூறி அந்த நம்பருக்கு போன் செய்து கொஞ்சல் மொழியோடு பேசினார். அவர் முத்தம் கொடுக்கும் ஓசையும் கேட்டது. சார் மீது நான் வைத்திருந்த மரியாதை சற்றே குறைந்து போனது. இரண்டு பிள்ளைகளுக்கு அப்பாவானவர், காதலித்த பெண்ணையே கரம் பிடித்து வாழ்பவருக்கு எப்படி? இவ்வளவு தீவிரமாக இன்னொரு பெண்ணை நேசிக்க முடிகிறது என்ற சிந்தனையில் ஆழ்ந்தேன். “அடுத்த தெருவில் நல்ல ஹோட்டல் ஒன்றிருக்கிறது வாங்க சாப்பிட போகலாம்” என்றார்.

முழுமையான ஒரு சைவ உணவை சுவைக்கக் காத்திருந்த போது அந்த ‘ஸ்வீட்டி ஒன்’ சாருக்கு கால் பண்ணினா “இருங்க... வர்றேன்” என்று கூறி போனை எடுத்து கொண்டு ஹோட்டலுக்கு வெளியே சென்று அவளிடம் பேசி முடித்துப் பதினைந்து நிமிடங்கள் கழித்து வந்தார். பத்து சென்டிமீட்டர் அளவில் அவர் மீது எனக்குக் கோபம் வளர ஆரம்பித்தது. அவர் சரியாக சாப்பிடவில்லை. மௌனமாகவே இருந்தார்.

“தவறா நினைக்காதிங்க... வேற ஒரு ஒர்க்குக்குக் கூப்பிடுறாங்க. அத அவசியம் முடிச்சிக் கொடுக்கணும். மூணு மணிக்கு வர சொல்றாங்க...” என்றார்.

“போய்ட்டு... உங்க ஒர்க் முடிச்சிட்டு, கால் பண்ணுங்க. நான் வந்திடுறேன்” என்று கூறி அவரிடமிருந்து விடை பெற்று வந்தேன்.

அந்த ‘ஸ்வீட்டி ஒன்னை’ பார்க்கப் போகிறார். அதற்காக என்னிடம் பொய் சொல்கிறார் என்று புரிந்து கொண்டேன். இப்படி வேரோர் பொண்ணு கூட தொடர்புல இருந்தா எந்த பொண்ணுக்கு தான் இவர புடிக்கும். அவரு மேல தப்ப வச்சிகிட்டு... அவரோட மனைவிய கொற சொல்றாரு... சண்ட போட்டுட்டு கோச்சிக்கிட்டுப் போறாங்கன்னா...

அதற்கு "ஸ்வீட்டி ஒன்' தான் காரணம் என்று இரவு முழுவதும் சார் நினைவாகவே மூழ்கியிருந்தேன். என் பக்கத்தில் உறங்கிய மனைவி என்னிடம் "அர்த்த ராத்திரியில் எதையோ பறிகொடுத்தா மாதிரி இருக்கீங்களே! மணி நைட் இரண்டரையாகுது... தூங்குங்க. காலையில் 'ஈ சேவை மையம்' போகணும். மறந்திட்டீங்களா...?" என்றாள்.

"மறக்கல..."

"சீக்கிரம் தூங்குங்க..."

அவள் சொல்வது சரியெனப்பட்டது. தூங்கத் தொடங்கினேன்.

அடுத்த நாள் மதியம் இரண்டு மணிக்கு சார்... அலைபேசியில் என்னை அழைத்தார்.

"வீட்டுக்கு வர முடியுமா?"

"கொஞ்சம் வேலையா இருக்கேன், சார்."

"எப்ப வர முடியும்...? "

"நீங்களே ஒரு டைம் சொல்லுங்க..."

"நாலு மணி ஓக்கேவா...?"

"ஆறு மணிக்கு வர்றேன் சார்..."

"சரிங்க..."

ஆறு நாற்பது மணியளவில் அவர் வீட்டிற்குள் நுழைந்தேன். கூடுதலான சந்தோசத்துடன் அவர் முகம் காணப்பட்டது. அவரின் வரவேற்பும் வித்தியாசமாக இருந்தது. மதுவின் வாசம் அவர் சென்ற இடங்களில் உடனிருந்தது.

"சார் உங்க ஒயிஃபும் பசங்களும் இன்னும் வரலையா....?"

"அவ வரமாட்டா.... யாரு அவ.... பெரிய மகாராணின்னு நெனப்பு. எல்லாத்துக்கும் நான் தான் காரணம். என்னைய செருப்பால அடிச்சிக்கணும்."

சாரின் அலைபேசியில் குறுஞ்செய்தி தகவல் ஒலி வந்தது.

அதைப்படித்துவிட்டு ஹா... வென சிரித்தார்.

"யாராக இருக்கும்? அந்த 'ஸ்வீட்டி ஒன்னாக' இருக்கும்" என்று மனதிற்குள் நான் பேசிக் கொண்டேன்.

நலங்கிள்ளி | 49

ஒரு நிமிடம் என்று விரல்களால் சைகை காட்டிவிட்டு "ஹே... என்னய... போய் பேபின்னு சொல்லுற.... உண்மையாவே பேபி நீ தான்" என்று கூறிவிட்டு "ஐ மிஸ் யு டா" என்று அலைபேசியில் பேசத் தொடங்கினார்.

எனக்குக் கோபம் முட்டிக்கொண்டு வந்தது. பக்கத்துல ஒருத்தன் இருக்கான், அவன் என்ன நினைப்பான் என்று கூட யோசிக்க விடாமல் ஒரு பெண் சகலத்தையும் மறக்க செய்துவிடுகிறாளே! என்று வேதனைப்பட்டு கொண்டிருந்த நேரத்தில் "அப்பாவ பிரிஞ்சி நீ எப்படி இருக்க? எல்லாத்துக்கும் உங்க அம்மா தான் காரணம். கவலப்படாத... நாளைக்குக் காலையில... உன்ன பாக்க... வந்திடுறேன் என்றார்.

தலைகுனிந்திருந்த நான் சற்றே ஆச்சரியத்துடன் தலை நிமிர்ந்த போது அவருடைய மொபைல் கை நழுவி கீழே விழுந்தது. அதில் அவர் போன் செய்திருந்த நபரின் பெயர் 'ஸ்வீட்டி ஒன்' என்றிருந்தது. சார் பேசி முடித்து போனை வைத்த போது "ஸ்வீட்டி ஒன்னா... யாரு சார்?" என்றேன்.

"அதெப்படி உங்களுக்குத் தெரியும்."

எனக்கு ஏற்கனவே தெரிந்திருந்தாலும், "உங்க மொபைல் கை நழுவி விழுந்த போது பார்த்தேன்" என்றேன்.

"அது என் மொத பையன் பேரு. ஆன்லைன் கிளாஸ்க்காக அவனுக்கு மொபைல் வாங்கிக் கொடுத்தேன். நேர்ல பேசுறத விட இப்ப எங்கிட்ட மொபைல தான் அதிகம் பேசுறான்" என்றார்.

அவர் மீதான கோபம் எனக்குக் குறைந்தது.

"ஏன் கேட்குறிங்க...?"

நான் நினைத்ததைச் சொல்ல முடியாமல் இருந்தேன்.

○

8
இவர் இப்படித்தான்

கணபதி நல்ல விவரமானவர். ஊர்ல நடக்குற வாய்க்கா வரப்பு சண்டை, அண்ணன் தம்பி, பங்காளிகளுக்குள்ள நடக்குற பிரச்சனை எல்லாத்தையும் பஞ்சாயத்து கூட்டி சுமுகமா முடிச்சி வச்சி தீர்ப்பு சொல்லுறதுல அவருக்கு நிகர் யாருமிலர். பஞ்சாயத்து நேரத்துல வெத்தல பாக்க போட்டு அவர் துப்புற துப்புல 'வெட்கமில்ல நாயே இந்தக் காரியத்த பண்ண உனக்கு எப்படிடா... மனசு வந்தது' என்பதை எதிராளிக்கு உணர்த்திவிடுவார்.

ஐந்து பிள்ளைகள் அவருக்கு இருந்திருந்தால் அத்தனை புள்ளைங்க மேலயும் எவ்வளவு பாசம் காட்டி வளப்பாரோ, அம்புட்டு பாசத்தையும் தனக்கு ஒரே மகனாக வாய்த்த சிவா மேல காட்டி, ஊட்டி வளர்த்தார். அதிகார மிடுக்கோடு கணபதி காணப்படுவதால் அவரின் மனைவி எந்த செய்தியையும் அவரிடம் பயபக்தியோடு கொண்டு போவாள். மனைவிமார்கள் கணவனிடம் இப்படி அடிமையாக இருப்பதை விவாதித்து, விவாதித்து அலுத்துப் போய்விட்டது. எனக்கு நா.முத்துக்குமாருடைய கவிதை ஒன்று ஞாபகத்திற்குத் தென்படுகிறது. 'தூர்' என்ற தலைப்பில் அமைந்த அந்தக் கவிதை... கிணற்றில் தந்தை தூர் எடுக்கும் போது கொட்டாங்குச்சி, கோலி, கரண்டி, துருப்பிடித்த ராட்டினம், வேலைக்காரி திருடியதாய் சந்தேகப்பட்ட வெள்ளி டம்ளர் எல்லாவற்றையும் எடுக்கிறார்.

'இன்று வரை அம்மா
கதவுகளின் பின்னிருந்து தான்
அப்பாவோடு பேசுகிறாள்
கடைசி வரை அப்பாவும்
மறந்தே போனார்

மனசுக்குள் தூரெடுக்க...' என்று முடியும்.

சக்கரவர்த்தி குடிகாரன். கல்யாணமாகி இரண்டு புள்ள இருக்கு. இப்ப மாரியம்மாவ வச்சிருக்கானாம். அவள அழச்சிட்டு வரப் போறேன் டி... அவள ஏத்துக்கிட்டு குடும்பம் நடத்தப் போறியா... இல்லையான்னு அவன் பொஞ்சாதிய போட்டு அடிச்சி தொல்லப் பண்றானாம். இதைக் கேள்விப்பட்ட கணபதி நாட்டாம ஊர்ப் பஞ்சாயத்தைக் கூட்டி அவனை அடிச்ச அடி இருக்கே...! இனிமே மாரியம்மாவ... ஏரெடுத்து பார்க்கவே மாட்டான். அந்த அளவுக்கு அடிச்சிட்டாரு... பத்தாததுக்கு... அபராதமும் கட்ட சொல்லிட்டாரு.

வயலுக்குப் பூச்சி மருந்து அடிச்சிட்டு இருந்த நெட்டயன... பாம்புக் கடிச்சிடிச்சி... சாவ பொழைக்க கெடந்தவன அலுங்காம, குலுங்காம தூக்கி காப்பாத்தி கரசேத்தவரும் கணபதியே ஆவார். இப்படியாக இவர் புகழாரம் ஒரு பக்கமிருக்க... சமீபத்தில் கணபதியை... சின்ன மன சங்கடத்திற்கு ஆளாக்கியது ஒரு சம்பவம்.

சிவா பள்ளிப்படிப்பை முடித்து டவுனில் உள்ள கிறிஸ்துவக் கல்லூரியில் சேர்ந்தான். அவனுக்கு மாதாமாதம் ஐயாயிரம் ரூபாய் பணம் அனுப்ப வேண்டிய சூழலில் கணபதி இருந்தார். சிவா என்ன செய்வான்...? படித்துக் கொண்டு இருப்பதனால் தன் செலவிற்கு வீட்டிலே பணம் கேட்பான். ஊருக்கே உபதேசம் செய்யுற கணபதி 'அறிவொளி இயக்கத்தின்' மூலமாக தன் பெயரை மட்டும் எழுதக் கற்றுக்கொண்டாரே தவிர, எழுத படிக்கத் தெரியாது. ஒண்ணாந்தேதியானா... இந்தியன் வங்கிக்குப் போய்... அங்கேயுள்ள பியூனுக்கு பத்து ரூபாய் கொடுத்து 'டெப்பாசிட் ஃபாம்ல' பண விபரம் எழுதச் சொல்லி சிவாவுக்குப் பணம் போடுவார். கடந்த இரண்டு மூன்று நாட்களாக வேலைக்கு வராத பியூனை விசாரித்த போது அவர் வேலை மாற்றலாகி நாகர்கோவில் சென்று விட்டதாக... சொன்னார்கள். இப்ப தமிழரசனை வங்கிக்குப் பணம் போட அழச்சிட்டு வர ஆரம்பிச்சிட்டாரு கணபதி நாட்டாம...

வேலையில்லாதவனுக்குத் தான் உண்மையா வேலை அதிகமாக இருக்கும். ஆபீஸ்ல வேலை பாக்குறவங்க... காலையில ஒன்பது மணிக்கு போயிட்டு ஐந்து மணிக்கு வீட்டுக்கு வந்திடுவாங்க. 'அலுவலக பணி' இந்த ஒரே ஒரு வேலையை அவுங்க செய்யுறாங்க. வேலை தேடிக்கிட்டு இருக்கிற தமிழரசனுக்கோ நெல்லு அரைக்கிறது, மொளகா விக்கிறது, துணி துவைக்கிறது, வீட்டுக்குக் காய்கறி வாங்குறது, மாத்திர மருந்து வாங்குறது... எல்லா வேலையையும் இவன்

தான் செய்யுறான். இதெல்லாம் முடிச்ச... நேரம் போக 'டி.என்.பி.எஸ்.சி' எக்ஸாமுக்குப் படிக்கிறான். "தமிழரசன் நல்ல அறிவாளி பையனா... இருந்தும் ஒரு வேலை வெட்டிக்குப் போகாம இருக்குறானே... நாளைக்கு இவனுக்குக் கல்யாணம் காட்சி பண்ணனும்னா... எவன் பொண்ணு கொடுப்பான் அப்படியே பொண்ணு கெடச்சாலும் அந்த பொண்ணு கொஞ்சம் படிப்பு படிச்சதா... வசதியில்லாத பொண்ணா... அமையும்." பல வசவுகளையும் சிறு அறிவுரைகளையும் வாங்கி காலம் நகர்த்தும் தமிழரசன் இந்த முறை டி.என்.பி.எஸ்.சி குரூப் டூ, குரூப் டூ ஏ தேர்வுகளில் ஏதேனும் ஒன்றிலாவது தேர்வாகி வேலைக்குச் செல்ல வேண்டும் என்று குறியாக இருந்தான். "நீ நல்லா படிச்சி இருக்குற... கொஞ்சம் பொறு நம்ம ஊர்ல உனக்கு உத்தியோகம் வாங்கித் தாறேன். அடுத்த மாசம் செங்கல் சூளை ஆரம்பிச்சிக்கலாம்னு இருக்கேன். நீ அந்தக் கணக்கு வழக்கெல்லாம் பாத்துக்கோ..." இப்படி ஒண்ணாந்தேதி மட்டும் தமிழரசனிடம் கனிவாகப் பேசுவார் கணபதி நாட்டாம.

ஆச்சரியத்தின் உச்சமாக... சுடலை மாடச்சாமி கைவிடவில்லை என்று ஆர்ப்பரித்து ஆராவாரம் போட்டு வந்த தமிழரசன் குரூப்டூவில் தேர்வாகிவிட்டானாம்.

'இனிமேல் தமிழரசன... பேங்க்கு' கூப்பிட்டுப் போக முடியாது கூப்பிட்டாலும் ஏதாவது சாக்கு போக்கு சொல்லிட்டுப் போய்விடுவான். அரசுப் பணி கிடைக்கப் பெற்றவனாச்சே... என்று வெம்பிக் கொண்டிருந்தார் கணபதி.

தனி ஆளாக பேங்க்கு பணம் போட வந்த கணபதியிடம்..."மணி டெப்பாசிட்டர் மிசின் இருக்கு... அதுல போய் பணத்த போடுங்க... கிரடிட் ஆகிடும்னு..." சொன்னாரு பேங் மேனேஜர்.

"சாத்தனூர் வந்து என்ன பத்தி கேட்டுப் பாரு... ஊரே நடுநடுங்கும்... நான் கிளியர் பண்ணாத பிரச்சனையா...? எத்தன பேருக்கு நல்லது பண்ணியிருக்கேன் தெரியுமா...? அடுத்தவனோட சல்லி காசுக்கு ஆசைப்படமாட்டேன். ஒழச்சி சம்பாரிச்ச உடம்பு. எனக்குன்னு ஒரு அந்தஸ்து உண்டு. என் தகுதிய மீறி உங்ககிட்ட பேசிக்கிட்டு நிக்கிறது என் தப்பு. அதெல்லாம் ஒத்துக்க முடியாது. நீங்க பணம் போடுற ஃபாம்ல எவ்வளவு பணம்னு எழுதி நான் சொல்ற அக்கௌன்ட்ல பணத்த போடுங்க... இல்லன்னா நடக்குறதே வேற..."

"ஐயா உங்களுக்கு எப்படி மிஷின்ல... பணம் போடணும்னு... சொல்லித் தாரேன் வாங்க..."

"அதெல்லாம் எனக்கு வேணாம். எவனையும் வேலை பார்க்க முடியாத அளவுக்கு ஏதாவது பண்ணிடுவேன். பணம் போடுற மிஷன தூக்கிடுங்க... இல்லன்னா... உங்கள ஒண்ணுமில்லாம ஆக்கிடுவேன்." இப்படி தன் கருத்துக்களைக் கூப்பாடு போட்டுக் கூவிக் கொண்டிருந்தார் கணபதி.

அங்கேயிருந்த அதிகாரிகள் நாட்டாம கணபதியின் பேச்சைக் கண்டு கொள்ளாமல் அவரவருக்கான வேலையை பார்த்து கொண்டிருந்தார்கள்.

○

9.
வேப்பமரம்

உச்ச கோபத்தில் தலைவிரித்தாடும் பெண்டிரைப் போல இந்த வேப்பமரம் ஏன் இப்படி ஆடுகிறது?

அதற்கென்ன தெரியும்?

அதற்காக..... இப்படியா......!

தன் உயிரை மாய்த்துக்கொள்ளத் துடிப்பதைப் போலவா?

ஆசிரியர் மாணவர்களை அடிக்கும் போது அவர்கள் பதறி நடுங்குவார்களே அது போலவா...

மரம் நகராது.

என்ன இது புதிய திருப்பம்.

இந்த ஆட்டுவித்தலால் வேப்பம் பழங்கள், இலைகள் சாலையில் தெறித்துச் சிதறிக்கிடக்கின்றன.

பழங்களை வழக்கமாகப் பொறுக்க வரும் சிறுவர்கள் எங்கே...? யாரிடம் கேட்பது?

பழத்தை மிதித்துப் போகின்றார்களே..... அதன் மதிப்பைப் புரிய வைக்காமல் ஒதுங்கிவிட்டால் அது துரோகத்தின் தன்மையில் ஒன்று.

வாட்டசாட்டமான ஆள் மாதிரி... கைப்பிடிக்குள் அடங்காத கட்டுடம்புக்காரியே... இம்மரம்.

சிற்றிலைகளின் கசப்பு நறுமணம் காற்றிலே கலந்து நாசிக்குள் நுழைந்திட... புத்துணர்வு பெற்றுவிட்ட சக்தியால் என்னை சந்திக்க வந்தவரிடம் கூடுதலாக நான் பேசுவதைத் தாமதித்தே அறிந்து கொள்கிறேன்.

காற்று மோத ஆடும் இந்த வேப்பமரத்தை அடக்க எப்படி முடியும்? குடித்து ஆடும் மனிதர்களின் ஆட்டத்தை நிறுத்தலாம்.

வசதி திமிரில் ஆடுபவர்களைக் காலம் பாடம் புகட்டி நிறுத்தலாம். மனைவியை ஆட்டி வைத்தவன் நோயின் பிடியில் இருக்கும் போது அவன் ஆட்டம் நிறுத்தலாம். பொய் சொல்பவனை ஊமையாக்கி நிறுத்தலாம். காற்றுக்கு எப்படிச் சொல்லி வேப்பமர ஆட்டத்தை நிறுத்துவது...

இது மழைக்காலம் அல்ல கோடையே.....

பெண் பிள்ளைகளுக்குத் தலையில் எண்ணெய் வைத்து ஜடைபின்னித் தலை முடியை ஒழுங்கு செய்து பள்ளிக்கூடத்திற்கு அனுப்பி வைக்கின்ற பெண்களில் ஒருவரேனும் தலை விரித்தாடும் இந்த வேப்பமரத்தை ஏன்? வாரி முடிச்சி கொண்டை போட்டுவிட யோசிக்கவில்லை.

அந்த மகான் மரத்தின் வேரை மிதித்து யாருக்காகவோ காத்திருப்பது போல பாவனை செய்து நின்று கொண்டிருந்தான். அவன் எதற்காக நிற்கிறான்? ஏன் நிற்கிறான்? என்ற கேள்விகளுக்கான ஆய்வறிக்கையைத் தயார் செய்து நான் என்ன செய்ய போகிறேன்? ஆனால் அந்த மகானின் பார்வையில் ஒரு திருட்டுத்தனம் வெளிப்பட்டது.

உச்சி வெயிலைப் புறம் தள்ளி இந்த வானம் ஏற்படுத்திய குளிர் நிலையால் வேப்பமரத்திற்கோ குதூகலம். உன் சந்தோஷத்தை என்னிடம் நீ பகிரலாமே என்று கேட்க ஆசை. ஆனால் என் மொழி அதெற்கப்படி புரியும். இப்பொழுது அதனிடம் என்ன கேட்டாலும் அது தலையாட்டிக் கொண்டிருக்கும். அதன் மௌனமே அம்மரத்திற்கு அழகு.

நான் நிற்பது தெரிந்தும் பாராது ஒரு பக்க ஓரமாய் தலை சாய்த்து நடந்தேறும் அந்தப் பெண்ணின் நாசுக்கைப் போல இம்மரமானது காற்றசைவில் ஒரு பக்கமாக ஆடிக் காற்றின் பேச்சைக் கேட்டு அதற்கே துணை நிற்கிறது.

காலை பத்து, பதினோரு மணிக்கெல்லாம் ஜேஜேன்னு மக்கள் கூட்டமாகிக் கடக்கின்ற இச்சாலையில் எத்தனை பேர் வேப்பமரத்தைக் கவனிக்கப் போகிறார்கள்.

நல்லியல்பு வாய்ந்த வயோதிகர்களின் இளமைக் கால ஆட்டங்கள் கோர தாண்டவமாகிச் சிந்தை நிலைகொள்ளாமல் இருந்தார்கள் என்பதை யார் யாரோ சொல்லிக் கேள்விப்பட்டாலும் இரக்கமென்பது முதுமையின் மேல் வந்தால் தான் நாம் நல்லறிவு உள்ள ஜீவராசியாக அடையாளப்படுவோம்.

மேல்தட்டு சமூகம் முன்நிறுத்தும் மனித வாழ்க்கை முறைகளில் முரண்பாடு அதிகமேயானாலும் ஒரு கட்டத்திற்கு மேல் நீங்கள் அதனை ஆதரிக்க வேண்டிய சூழலில் தள்ளப்பட்டுவிடுவீர்கள் என்பதைக் காலப்போக்கில் உணரவே போகிறீர்கள்.

கவனம் பிசகாமல் உன்னிப்பாகப் பாடுபடுகின்றவர்களின் தலையெழுத்துத் தொடர்ந்து தோல்வியைச் சந்திக்கிறதே... அவர்களது வெற்றிக்கு எந்தக் காவல் தெய்வம் அணுகி அறிவை உணர்ந்து கனவை நிறைவேற்றும். அதனைக் காண மிகுந்த ஆவல் பிறக்கிறது.

வலியோனை வதம் செய்யத் துடிக்கும் கூட்டத்திற்கு மத்தியில் அணுசரனையோடு நிதானமாக உலகக் கருத்துக்களின் முன்னிலையில் காலத்தை எதிர்கொள்வதற்குத் தைரியமும், தன்னம்பிக்கையும் தேவை என்பதை விட, எப்பொழுதும் எதிலும் ஒரு கவனம் வேண்டும் என்கின்ற லாவகத்தைக் கருத்தில் கொண்டு செயலாற்ற வேண்டியிருக்கிறது.

நோயினால் அவதியுற்றுக் கவனிக்க ஆளின்றித் தவிக்கும் சாலையோரக் குடில்களில் வசிக்கும் மானுடப் பிறவிகளைக் கவனிக்கும் போது கவலைப்படும் எண்ணத்தை எப்படி மறைத்து வைக்க முடியும். அவர்களுக்கு ஆறுதல் மொழி கூறி, உணவுப் பொட்டலங்களை யாரேனும் வழங்கினால் மறைந்த நம் பண்பாட்டு கலாச்சார வாழ்க்கை முறை மீட்டுருவாக்கம் பெறும் என்று தீராத நம்பிக்கையடைகிறேன்.

சரியான ஊதியமின்மையால் குடும்பத்தை நகர்த்த... துயரங்களை முதுகில் வாங்கி முற்றுப்பெறும் முடிவொன்றிற்காக... எத்தனையோ... சவால்களைக் கண்டடைந்து சிக்கல்களைச் சரி செய்யவே தினமும் வாய்த்திருப்பதாக அலுத்துக்கொள்ளும் மக்களுக்குப் போதிய ஓய்வின்மையாலே உடல் ஓம்பலைப் பேண முடியாமல் போய்விடுகிறது.

வைராக்கியத்தைத் தூவி விடுகின்ற அவமானத்தைச் சேர்த்து வைத்து அதிலிருந்து நூல்பிடித்து எதிர்நோக்கிய இடத்திற்குப் போராடி... தூற்றியவர்களின் முன்னால் உன் கொடி பறப்பதே உழைப்பிற்குக் கிடைத்த பலன். அச்சமற்ற உறுதியான செயலின் விளைவுகளால் உண்மையில் நினைத்தது சாத்தியமாகும்.

நாற்புறச்சாலையில் கிழக்குத் திசை ஓரமாக சங்கமித்திருக்கும் வேப்பமரத்தின் அனுதாபங்கள், ஆலோசனைகள், கருத்துகள்,

வேதனைகள் என்னவாகயிருக்கும். அதனை யார் எதற்குத் தெரிந்துகொள்ள வேண்டும்?

என் உள்ளத்தில் குமுறல்கள் எத்தனை, எத்தனையோ... அத்தனையையும் இம்மரத்திடம் சொல்லிப் புலம்ப ஆசை. அவர்களைப் போல இம்மரமும் 'ஏன் நீ இப்படி புலம்பி சாகடிக்கிறாய்' என்று வெடுக்கெனக் கேட்டு விடுமோ? என்கிற ஐயம் எனக்குண்டு. இது புலம்பல் அல்ல. என் உயிரில் சுரக்கும் ஆதங்கம். பட்டுப்போன மரங்கள் இங்கே நிற்பதற்கு மத்தியில் செழிப்பாக, வனப்பாக, இளமையாக வேப்பமரம் இருப்பது பேரதிஷ்டம். உன் இலைகள் எவ்வளவு அடர்த்தி! உன் நிழலில் உறங்க நினைப்பது சுகம் சுகமே. அந்த சுகத்தை அனுபவிக்க இந்த சாலையில் எப்படி முடியும் என்னால்? ஆள் அரவமற்ற பொழுது வாய்த்தால் ரகசியமாய் உன் எதிரே நின்று உன் உச்சி முதல் பாதம் வரை அணு, அணுவாக ரசித்து நான் சென்றிருக்கிறேன்.

உன் நிழலில் ஒருநாள் அரசியல் கூட்டம் நடந்தது. அவர்கள் பேசிய பேச்சுகளையெல்லாம் நீயும் கேட்டிருப்பாய். பெரிய பொய்களான வாக்குறுதிகள். அவற்றில் ஒன்று கூட நிறைவேற்றி கொடுக்கப்போவதில்லை. அந்த நிமிடத்தில் நீ கண்டிப்பாக ஓரிரு ஆபாச வார்த்தைகளால் அவர்களைத் திட்டித் தீர்த்திருப்பாய்.

வெட்கையைப் போக்கிய... குளிர்க் காற்றால் மக்கள் முகத்தில் குடிகொண்டிருக்கும் அபிலாசை நேர்மையான உச்ச எண்ண அலைகளைச் சொல்லிச் செல்லும். ஒளி வீசிய வானம் சற்றுக் கருமையானவுடன் வேப்பமரத்தின் நிறம் குறைந்து காணப்பட்டது. அதன் எழிலோவியம் எந்த விதத்திலும் குறையவில்லை.

பசி பொறுக்காத பச்சிளம் குழந்தைக்குப் புட்டி பால் கொடுத்த தாயிடம் கையில் குடையில்லை. அவளது வீடு பக்கத்திலிருக்குமோ! மழையை எதிர்கொள்ளத் துணிவோடு வீதிக்கு வந்திருக்கிறாள்.

வேப்பம்பூக்களை ஓரம் தள்ளிய தூய்மைப் பணியாளன் அதனை அர்த்தமற்ற பொருளாக்கிச் சிறு கவனமும் செலுத்தாமல் மழை வருவதற்குள் தன் பணியை முடித்து வீட்டிற்குச் செல்வதிலே குறியாய் இருந்தான்.

சைக்கிளை மரத்தின் மீது சாய்த்துவிட்டுப் பீடி புகைக்கும் குமார் பெரிய அளவில் சோகங்களைச் சுமந்து திரிவான் என்பதில் மாற்றுக் கருத்தில்லை. அவன் பீடியை இழுக்கின்ற இழுப்பிலே கங்கின் சிவப்பு

ஒளி பெருகி உருவமெடுக்கிறது. கடைசியில் பீடித் துண்டைக் கீழே போட்டு ஒரே மிதி. சைக்கிளை எடுத்துக்கொண்டு புறப்பட்டான். அவன் நெற்றியில் ஒரு மழைத் துளி விழுந்தது.

திமிர் பிடித்த ஆட்டோக்காரன் தன் மீது ஊடுருவும் தைரியத்தால் சாலையின் பக்கங்களைக் கவனிக்காமல் தன் போக்கில் இழுத்த இழுப்பிற்கு ஆட்டோவை வளைத்து, முறுக்கி பாதசாரிகளையும், வாகன ஓட்டிகளையும் திக்குமுக்காடச் செய்திடுவான். அவன் வீட்டிற்கு அருகிலேயே வாகனத்தை நிறுத்த இடமிருந்த போதிலும் வேப்பமரத்தை உரசியே இரவில் நிறுத்திவிட்டுப் போவான். இம்மரம் விட்ட சாபமோ என்னவோ... இரண்டு நாட்களாக ஆட்டோவைக் காணவில்லை என்று காவல் நிலையத்தில் புகார் கொடுத்துவிட்டு ஆட்டோவைத் தேடி அலைந்து கொண்டிருக்கிறான்.

தற்சமயம் வளைந்து நெளிந்து காற்றை இணைத்து வேப்பமர இலைகள் ஆடும் நளினத்தை எந்த நடனக்கலைஞர்ளோடும் ஒப்பிட முடியாதவாறு இருந்தது.

தினேஷ் கல்லூரிக்கு இரண்டு புத்தகங்களைத் தவிர, வேறு எதையும் எடுத்துப் போவதில்லை. வீட்டிலிருந்து காலையில் கிளம்பி வெளியே வந்தவுடன் வேப்பமரத்தின் கிளையின் இடுக்கில் அவ்விரண்டு நோட்டை சொருகிவிட்டு எதிரே சைக்கிள் கடை வைத்திருக்கும் நண்பனிடம் உரையாடிவிட்டுக் கல்லூரிக்குப் போவான். அவனுக்கு அம்மை வந்தபோது இந்த வேப்பமரக் கிளைகளை ஒடித்து இலைகளை எடுத்துக்கொண்டு போனார்கள்.

வீசிய காற்றெல்லாம் சலனம் நிறைந்ததால் அமைதி நிலைகொள்ள வில்லை. மேகங்கள் ஒன்றுடன் ஒன்று மோதிக்கொண்டன. 'ஒரு மின்னல் வெட்டு...' மாலை ஆறு மணிக்கு மின்வாரியம் திடீரென்று தெரு விளக்குகளைப் போடுவதைப் போலப் பளீர் வெளிச்சம் வந்து மறைந்தது. முன்பு அடித்த காற்றுக்கு மழை வராது என்றெண்ணிச் சொன்னார்கள். 'சில நேரங்களில் நம் எதிர்பார்ப்புகள் தவிடு பொடியாகி விடும்படி எதிர்கொள்ள முடியாத சம்பவங்கள் நடந்தேறுவதைத் திராணியிருந்தும் தடுக்க முடியாமல் போய்விடுவது போல...' அந்தச் சூழ்நிலை அமைந்தது.

ஒரு துளி, இரண்டு, மூன்று... துளி... துளித்துளி... திடீரென்று புவியை அறைந்தது அந்தப் பேய் மழை. சுடும் கல்லில் ஊற்றிய நெய் தோசை அந்த சூட்டிற்குத் தரும் வாசத்தைப் போல மண் வாசனையை

நலங்கிள்ளி | 59

அள்ளி வீசியது மழை. மழை நிற்கவேயில்லை. வெளியூருக்குப் போயிருந்த காற்று மீண்டும் வந்து சூறாவளியாகித் தாக்கியது. அலுவலகம் முடித்து வந்த நான் வேப்பமரத்திற்கு எதிரேயிருந்த கடையில் நனையாமல் ஒதுங்கிக்கொண்டேன். நனைந்திருந்த அம்மரம் கண்ணீரோடு அழுவது போல எனக்குப்பட்டது. நிற்காத காற்று. ஒரு தத்தளிப்போடு வேப்பமரம் தவிப்பதாக உணர முடிந்தது. மாபெரும் சக்தி நிலமா, நீரா, காற்றா, ஆகாயமா, நெருப்பா எதில் இது? என்று யாரேனும் என்னிடம் இந்நேரத்தில் கேட்டால் நான் உடனே காற்று என்று பதில் கூற வாய்ப்பிருக்கிறது. அப்படி சுழற்றி, சுழற்றித் தாக்கும் காற்று. திடீரென மின்சாரம் தடைப்பட்டது. கடைகளின் கூரைகளின் மேலிருந்த தார்ப் பாய்கள் பறந்தன. நின்றிருந்த வாகனங்கள் சரிந்து விழுந்தன. வானம் தீரா துயரத்தைக் கண்ணீரோடு கொட்டியது. அணு குண்டு வெடிப்பதைப் போல இடி சத்தம். மின்னல் பயமுறுத்துவதாக அமைந்தது. 'இனி என்ன நடக்கும்? இப்பொழுது இங்கிருந்து எப்படி தப்பிக்கலாம்...' என்ற எண்ணம் உண்டாகியது. இந்தக் கணத்தில் இருசக்கர வாகனத்தில் வேகமாக வந்த இளைஞர்கள் வேப்பமரத்தின் மீது மோதி கீழே விழுந்தார்கள். ஓடிப்போய் கைக் கொடுத்துத் தூக்கி காப்பாற்றினோம். அவர்களின் உடலில் காயங்கள் ஏற்படவில்லை. ஒன்றிரண்டு சிராய்ப்புகள் இருந்தன. வாகனத்திற்கு மட்டும் சிறிய சேதமிருந்தது. என்னைப் போலவே மழைக்காகப் பக்கத்தில் ஒதுங்கி நின்ற தேவகி பாட்டி "தலைக்கு வந்தது தலைப்பாகையோடு போனது போல வேப்பமரத்திலிருந்த அந்த மாரியாத்தா தான் இந்தப் பயலுங்கள பெரிய ஆபத்துல இருந்து காப்பாத்தினா....." என்று வேப்பமரத்தைப் பார்த்துக் கைபெடுத்து கும்பிட்டாள்.

○

10.
விதி

இத்தனை வயதிற்குப் பிறகு திருமணம் செய்து கொள்ளலாம் என்ற முடிவு எடுத்ததற்கு... செந்திலுடைய சுயவிருப்பம் என்றாலும் இந்த எண்ணத் தூண்டலுக்கு குடும்ப உறுப்பினர்களும், நண்பர்களும், அவனது அத்தை அம்பிகாவும் முக்கிய காரணியாக இருந்தார்கள்.

செந்திலுக்கு... கல்லூரி படிப்பைத் தொடர்ந்து மேற்கொள்ள முடியாமல் போய்விட்டது. வறுமைதான் வாழ்க்கையைப் புரிய வைக்கிறது. வாழ வேண்டும் என்கின்ற உத்வேகத்தை ஏற்படுத்தி தருகிறது. வறுமையிலிருந்து மீள்வதற்குப் போராட்ட குணமே அவசியம். வெற்றிட வயிற்றை நிரப்ப தேவைப்படும் உணவுப்பொருட்களுக்காக சம்பாதிப்பது மட்டுமே வாழ்க்கையல்ல. உணவிற்காக ஏற்படும் போராட்டம், இன்னல்களை வாழ்வில் உந்து சக்தியாகக் கொண்டு செயலாற்ற வேண்டும்.

திருச்சியை சுற்றிய பகுதிகளில் நடக்கும் அரசியல் மாநாடுகளுக்குச் சுவர்களில் தலைவர்களின் பெயர்களை எழுதுவது மற்றும் விளம்பரப் பேனர்கள் எழுதித் தருவது செந்திலின் வேலை. திருச்சிக்கு வராத அரசியல் தலைவர்களே இல்லை. அது போல இவன் எழுதாத தமிழக அரசியல் தலைவர்களின் பெயர்களே இல்லை. இவனது எழுத்துகள் ஓவியமாகக் காட்சி தரும். அரசியல் சாரா இயக்கங்கள் நடத்துகின்ற வீதி நாடகங்களுக்குப் பல பேனர்கள் எழுதிக் கொடுத்திருக்கிறான். பணிகளை முடித்து வீடு திரும்பும் போது அவனது ஆடைகளில் வானவில் வண்ணங்கள் புள்ளி, புள்ளியாகக் காட்சி தரும். காண்டிராக்ட் முறையில் எப்பொழுதாவது வெளியூர்களிலுள்ள கோயில்களுக்கு பெயிண்டிங் வேலைக்குப் போவான். கோயிலின் உட்புறத்திலும், வெளிப்புறத்திலும் கடவுள் பெயரில் சொல்லப்பட்ட கருத்துகளை எழுதி முடித்துவிட்டு வருவான். இப்படி வரும்போது பெரிய பண முடிப்பைப் பெற்றிருப்பான்.

இரண்டு தங்கைகளுக்குக் காசு, பணம் சேர்த்து கல்யாணம் முடித்து வைப்பதற்குள் செந்திலுக்கு முப்பத்தேழு வயதாகிவிட்டது. அவனுக்குள் திருமணம், காதல் பற்றிய எண்ணங்கள் வந்தாலும் உள்ளுக்குள் மறைந்திருந்தன. கல்யாண வாழ்க்கை மீதான ஈர்ப்பு குறைந்த அளவே இருந்தது. அதற்காக பெண்கள் மீதான ஞானம் துளி கூட இல்லையென முடிவு செய்துவிட கூடாது.

ஜாதக பொருத்தம் பார்த்து செந்திலுக்குத் திருமணம் முடித்து வைக்க வேண்டும் என்பதில் உறுதியாக இருந்தாள் அம்பிகா. தெரிந்தவர்களிடம் சொல்லி வைத்தாள். புரோக்கர் அச்சுதன் காட்டிய சில பெண்களின் புகைப்படத்தை நிராகரித்தாள்.

“தோ... பாருங்க புரோக்கரே... செந்திலுக்குத் தாயி, தகப்பன் கெடையாது. எல்லாமே நான் தான் செஞ்சி வைக்கணும். அவன் சுபாவத்துக்கு ஏத்த மாதிரி, அவன புரிஞ்சி அரவணச்சுப் போறப் பொண்ணா இருந்தா சொல்லுங்க. காச மட்டும் கரெக்ட்டா கேட்டு வாங்குறீங்க... எனக்கு புடிச்ச மாதிரி ஒரு பொண்ண காட்ட முடியாதா என்ன?” என்றாள் அம்பிகா.

உக்கரை மேற்குத் தெருவில் ஒரு பெண் இருப்பதாக அம்பிகா கேள்விப்பட்டாள். அவர்களின் குடும்பத்தைப் பற்றி விசாரித்தாள். அம்பிகாவின் ஆறாம் அறிவு தான் ‘எதிர்பார்த்த குடும்பம் இதுவே!’ என்று சொன்னது. செந்திலிடம் தகவலைச் சொன்னாள். கருப்பசாமி பேத்தியும், சொக்கனின் மகளுமான சுகன்யா ஒன்பதாம் வகுப்பு வரை படித்தவள். ஒரே மகள். தற்போது தன் அம்மாவிற்கு உதவியாக வீட்டில் இருக்கிறாள். ஆடுகளையும், கோழிகளையும் பாதுகாக்கிறாள். அதிகப்படியான பேச்சைக் குறைத்தவள். சொக்கனின் பிரியத்திற்குரியவள்.

சுகன்யா வாழும் வீடு குடிசை வீடு. வெளியே சிறியதாய் இரண்டு திண்ணைகள். கோழிகளை அடைக்க பஞ்சாரம், நெல் கொட்டி வைக்க பத்தாயம் இருந்தது. வாய் நிறைய புன்னகையோடு கறை படிந்த பற்களால் அம்பிகாவை வரவேற்றாள் சுகன்யாவின் அம்மா. வெயிலின் தாக்கம் அதிகமாக இருந்ததால் சொக்கன் வீட்டு உபசரிப்பு உணவில் டம்ளர் நிரம்ப மோர் இருந்தது.

அம்பிகா சுகன்யாவை அழைத்துப் பேசினாள். செந்தில் அமைதியாகக் காணப்பட்டான். வந்திருந்த ஊர்க்காரர்கள் கடமைக்காகப் பேசிக்கொண்டிருந்தார்கள்.

“நாங்க கல்யாணத்துக்கு என்ன செய்யுறோம்னு சொல்லிடுறோம்... உங்களால என்ன முடியும்கிறத சொல்லிடுங்க. நாம பேசி முடிவு பண்ணிக்கலாம். ஜாதகப் பொருத்தம் சரியா இருந்தா... தேதிய குறிச்சிட்டு ஆக வேண்டிய காரியத்தப் பாக்கலாம்” என்றாள் அம்பிகா.

“பொண்ணப் பத்தி ஒரு பிரச்சனையும் கெடையாது. அவ பாட்டுக்கு... அவ உண்டு, அவ வேல உண்டுன்னு இருப்பா... நீங்க வருத்தப்படுறா மாதிரி அவ ஒரு தப்பையும் பண்ணிடமாட்டா...” என்றார் சொக்கன்.

“அய்யா... நாங்க உங்களப்பத்தி, உங்க குடும்பத்தப் பத்தி விசாரிச்சிட்டுதான் பொண்ணு கேட்கவே வந்தோம். எல்லாருமே நல்ல விதமா சொன்னாங்க...” என்றான் செந்திலின் பெரியப்பா மகன்.

பத்துக்கு ஒன்பது பொருத்தம் சரியாக இருப்பதாக ஜோதிடர் அருள்நாதன் சொன்னார். அவர் கணிச்சு சொன்னா சரியாக இருக்கும் என்பது அம்பிகாவின் நம்பிக்கை. தன் மகன் பங்குனி மாசம் வெளிநாட்டு வேலைக்குப் போக வாய்ப்பு வரும், ரொம்ப நாளா விக்காம கெடக்குற நிலம் ஒரே மாசத்துல நல்ல விலைக்கு போகும் என்று ஜோதிடர் சொன்னது போல நடந்ததாம். இதனால் அருள் நாதன் சொல்லும் சொல்லில் கூடுதல் நம்பிக்கையுடையவளாக அம்பிகா இருந்தாள்.

திருமணத்திற்கான வேலைகளை முன்நின்று ஏற்பாடு செய்து கொண்டிருந்தாள் அம்பிகா. திருமண அழைப்பிதழ்கள் அச்சடிக்கப் பட்டன. திருமண நாள் நெருங்க, நெருங்க செந்திலின் வீடு அழகழகாக மாறிக் கொண்டிருந்தது. வாழை இலை, தேங்காய் ஆடர்கள் கொடுக்கப்பட்டன. மதுரை சிம்மகல்லிருந்து சமையல்காரர்கள் வரவழைக்கப்பட்டார்கள். குறித்த நாள் சரியாக வந்த நேரத்தில் இருவருக்கும் இனிதே திருமணம் நடந்தது.

செந்திலுக்கும், சுகன்யாவிற்கும் பொருத்தமே இல்லை. அவள் கிளி போல் இருந்தாள். கறுத்த தேகத்தில் இன்றைக்கோ, நாளைக்கோ விழுவதற்கான ஐம்பைத்தைந்து தலைமுடியோடு, வெயிலில் உழைத்த தடயத்தை முகத்தில் ஏந்திக் கொண்டவனாக செந்தில் இருந்தான். சிலர் இவன் காதுபடவே “இவனுக்குப் போயி மூக்கும் முழியுமா... மகாலெட்சுமி மாதிரி இருக்கிற பொண்ணா...” என்று ஆச்சரியப்பட்டுப் பேசினார்கள்.

திருமணத்தில் அளவான காலை, மதிய உணவுகள் ஏற்பாடு செய்திருந்தார்கள். வரதட்சணைப் பொருட்கள் கண்ணுக்குத் தெரியுமாறு தட்டுப்படவில்லை. அதனை செந்திலும், அம்பிகாவும் விரும்பவுமில்லை. வந்திருந்த உறவினர்கள் மோதிரம், செயின் போட்டார்கள், பரிசுப் பொருட்கள் கொடுத்தார்கள். வெறுங்கையோடு வந்த நண்பர்கள் கைகுலுக்கிப் போனார்கள். மது அருந்தியிருந்தவர்கள் முரட்டுப் பிடியாகப் பங்காளிகளிடம் தமாசாக சண்டை போட்டுக் கொண்டிருந்தார்கள். பகல் இரண்டு மணியை நெருங்க... சொந்தங்களின் கூட்டம் கலைய ஆரம்பித்தது. அமர்வதற்கு வசதியாய் வரிசையாய் இருந்த நாற்காலிகள் ஓரம் தள்ளி ஒன்றாக்கப்பட்டு உயரமாக்கப்பட்டது. சகலமும் சமரசத்தோடு முடிந்த பிறகு சுகன்யா கணவன் வீட்டுக்குச் செல்வதற்கான தருணம் வந்தது. அவள் தனது அப்பா, அம்மா அருகே சென்று கையெடுத்துக் கும்பிட்டாள். காலில் விழுந்து ஆசீர்வாதம் வாங்கும் போது கண் கலங்கினாள். அவர்கள் இருவரையும் தனித்தனியாகக் கட்டிப்பிடித்துத் தேம்பி, தேம்பி அழுதாள். அந்த அழுகை வழக்கத்திற்கு மாறாக தீவிரமாக இருந்தது. அதன் அர்த்தம்.... என்னை விட இத்தனை வயது மூத்தவன எனக்குக் கல்யாணம் பண்ணி வச்சிட்டீங்களே! உங்க மனசு என்ன கல்லா! என்பதா....? இவ்வளவு நாள் உங்க கூடவே இருந்தேன். இப்ப பிரிஞ்சிப் போறேனே! என்பதா....? ஒழுங்கா படிச்சிருந்தா பெரிய கம்பெனியில வேலை செய்யுற மாப்புள கிடச்சியிருப்பானே! என்பதா.....? என் பொன் நெறத்துக்குத் தகுந்தா போல ஒருத்தனுக்கு என்ன கட்டிக் கொடுத்திருக்கலாமே என்பதா...? அது யாருக்கும் தெரியாது. அந்த அழுகையின் அர்த்தம் சுகன்யாவிற்கு மட்டுமே தெரியும்!

○

11.
ஞாபகங்கள்

இருக்கிறதே முப்பது, நாப்பது வூடு. இத... கிழக்குத் தெரு, மேற்குத் தெருன்னு எதுக்குப் பிரிச்சி வச்சானுங்க... கெழக்குத் தெருவுல மட்டும் படிச்சவங்க, பணம் அதிகம் வச்சியிருக்கவங்க, நெலம் அதிகம் உள்ளவங்க யாராவது இருந்தா... சரின்னு ஒத்துக்கிடலாம். அப்படியில்லாம... ரெண்டு தெருவுலேயும் ஒரே மாதிரியான சவுகரியமும், அசவுகரியமும் இருக்குறப்ப... எதுக்கு இந்தப் பிரிவு.

ஒத்தையடி பாதையா... மொதல்ல அரசபுரம் இருந்தது. ரொம்ப வருஷத்துக்கு அப்புறமா... செம்மண் ரோடு போட்டாங்க... கவுன்சிலர் கிட்டேயும், கலெக்டர்கிட்டேயும் மனு எழுதிக் கொடுத்துப் பத்து வருஷம் கழிச்சியே தாரு ரோடு வந்தது. இதுலதான் இந்த வாண்டுங்க சர்ரு,புர்ருன்னு வெரசா போய்ட்டு வரானுங்க...

மழ பேஞ்சி ஒஞ்ச... இரண்டாவது நாள்ல இந்த ஊரு கேரளத்து மாநிலம் போல செழிப்பா... ஜிவ்வுன்னு மனச கொஞ்சலா... ஒரு பிராண்டு பிராண்டிட்டு போகும். கோட காலத்துல செருப்பு இல்லாம... கால... தரையில வெச்சா... உள்ளங்காலு சத பிச்சிக்கிட்டு வந்திடும்.

தைய,தையன்னு சிவநேசன் ஓட்ட டவுசர மாட்டிக்கிட்டு மூக்கு ஒழுகப் பள்ளிக்கூடம் போவான். “சத்துணவு சோறுதிங்க எதுக்குடா இந்த பீத்து பீத்திக்கிட்டு போற”ன்னு லெட்சுமி அக்கா அவன நோண்டும் போது மானரோசம் இல்லாம சிரிச்சிக்கிட்டே போவான். ஊர்ல உள்ள எல்லார பத்தியும் பேசுறதுக்குக் குறைந்தபட்சம் ஒரு மணி நேரத்திற்கான சேதிய வச்சுக்கிட்டு திரியும் லெட்சுமி அக்கா.

தன்னந்தனியா பனை மரத்துக்கிட்ட நின்னு அப்பப்ப சிகரெட் புடிக்கும் பஞ்சநாதன்கூட சேராதன்னு சொன்ன ராசு தாத்தா நைட்டுக்குள்ள அர கிளாசு சாராயத்தயாவது குடிக்காம தூங்க மாட்டாரு...

எங்க வீட்டுல சுடுசோறும், தயிரும், வடுமாங்காவும் கெடச்சிடும். கறவ மாடு இருந்ததால பாலு, தயிருக்குப் பஞ்சமில்லாம இருந்தோம். ஆச... ஆசையா எனக்குப் புடிக்குமுன்னு நெத்திலி கருவாட்டுக் கொழம்பு வச்சு கொடுத்த அப்பத்தா உடம்புக்கு ஆகாரம் செல்லாம கெடந்தப்ப... வருத்தப்பட்டு, குந்திக்கிட்டு அழுதது நான் தான். காசு இல்லாத நேரத்துல... முருங்கக் கீர ஒடிச்சி வதக்கி கஞ்சிக்கு தொட்டுக்க செஞ்சி தந்த அம்மா ஒரு நாளும் என்ன பட்டினி போட்டதில்ல.

‘காட்டு நரிய உண்டிவில்லால அடிச்சேன், நல்ல பாம்ப கையில புடிச்சேன்’ வெறும் கையால மொழம் போடும் செல்லதுரை நாக்க அடக்காம மூணு கிலோமீட்டர் நடந்து மைதீன் கடைக்கு வந்து உளுந்த வடை வாங்கி திங்கிறத வாடிக்கையா வச்சிருந்தார்.

வாத்திங்களோட சிநேகிதமோ, பகையோ வச்சிக்காத பாண்டியனுக்குப் பள்ளிக்கூட பீதிய போக்குனது சாந்தி. அவ இல்லாட்டி, பத்தாவது முடிச்சவன்டான்னு அலட்டிக்கிறானே... அந்த அலட்டலெல்லாம் நடந்திருக்காது. இங்கிலிஷ் படிக்க வராத பாண்டியன் தமிழையும், அறிவியலையும் ஆர்வமாகப் படிச்சான். இப்ப ‘டிராக்டர்’ ஓட்டிக்கிட்டு இருக்குறதா சொல்றாங்க. கருவேல மரத்துப் பிசின் எடுத்து கிழிஞ்சி போன நோட்டு புக்க ஒட்டிக்கொடுப்பான். சோறு வடிச்சி கெடைக்கிற கஞ்சி தண்ணியில... நைட்டே முழு பென்சில சீவி தூள் தூளா போட்டு மூடி வச்சி காத்தால தொறந்தா.... அது கட்டியாகி ரப்பரா மாறி இருக்குமுன்னு எங்கள நம்ப வச்சதும் அவனே!

பாட்டு பாடி வயல் நடவு நடக்கும். செவ்வக வடிவத்துல இருக்குற சில வயல்களில் நாத்து காத்துல அசையிறது கண்ணுக்குக் குளிர்ச்சியா... இருக்கும். கால... சேத்துல வச்சி மிதிச்சி வந்த சேத்து புண்ணுக்கு எண்ணெய் தடவி அடுத்த நாள் நடவு நடப் போற சில பொம்பளைங்க டீக்கும், பொட்டலத்துக்கும், இருபத்தஞ்சி ரூபாய் காசுக்கும் முதுகு வலிக்க உழைப்பாங்க. கணவனை இழந்த சௌந்தர்யா அண்ணி கள எடுக்க, பருத்தி பஞ்சு எடுக்க, நாத்து நட, கரும்பு வெட்ட, சோளம் வெதைக்க இப்படி எந்த வேலைக்கு ஆள் வேணும்னு கூப்பிட்டாலும் மொத ஆளா ஓடிப் போயிடுவாங்க...

சோமு வாத்தியாரு... கிரேஸ் டீச்சர்கிட்ட தனியா நெறையா பேசிக்கிட்டு இருந்தத... கல்யாண சுந்தரம் அடிக்கடி பாத்துட்டு வந்து சொன்னான். இந்த விஷியங்களைப் பற்றிப் பேசும்போது அவனுக்கு அதிலே பேரின்பம் இருக்குமென்று கருதுகிறேன். அவனுக்கு வேல

இருக்குற நேரத்திலும், வேல இல்லாத நேரத்திலும் ஆடு அச போடுறா மாதிரி எங்கிட்ட இந்த செய்திய சொல்லிக்கிட்டேயிருப்பான்.

வீட்டுக்குப் பின்னாடியிருக்குற குப்ப மேட்டிலிருந்து எருவு அள்ளி மாட்டு வண்டியில ஏத்தி தன் சொந்த வயலுக்கு இயற்கை உரத்த பயன்படுத்துற கண்ணப்பன்... வருஷா வருஷம் நல்ல மகசூல தேத்துவாரு. தாராசுரம் உழவர் சந்தைக்கு அவரு வயல்களிலிருந்து வெளஞ்சி வர்ற கொத்தவரங்கா, வெண்டக்கா, கத்தரிக்கா, தக்காளி, மௌகாவுக்கு நல்ல வரவேற்பு இருக்கும். விவசாயத்த ஒழுங்கா செஞ்சி கண்ணியமா குடும்பம் நடத்துகிற கண்ணப்பன் பொண்டாட்டி வட்டமுகமா, இளஞ்சிவப்பா, அமைதியா, அழகா இருப்பா... சண்டனு வந்துட்டா இன்னாருன்னு நெனைக்கமாட்ட வாயிக்கு வந்ததெல்லாம் பேசுவா. அப்பொழுது 'ஆண், பெண் உடல்களின் மிகவும் முக்கியமான பாகங்கலெல்லாம் ஏன்? கெட்ட வார்த்தைகளாயின? என்கிற கேள்வி எனக்குள் எழும்.

மரம் வெட்டுற தொழில நம்பி வாழ்ந்த முனுசாமி கச்சிதமா வேலய முடிச்சிக் கொடுப்பாரு. எங்க வீட்ட கொஞ்சம் பின்னாடி... இழுத்துக்கட்ட முடிவு எடுத்தப்ப... அதுக்கு எடஞ்சலா இருந்த மூணு தென்ன மரத்தையும், ஒரு புளிய மரத்தையும் வெட்டினவரு முனுசாமி. தென்னமரத்திலிருந்த தூக்கனாங்குருவிக் கூடு, தேங்கா, கீத்து, இளநீர், புளியமரத்திலிருந்த இளம்காய்கள், பூக்கள், புளியம்பழம் இதையெல்லாம் இழந்தோம். அந்த நேரத்துல மனசு ரொம்ப சங்கடப்பட்டுத் தவியா தவிச்சது. நான் எதுவும் கேள்வி கேட்க முடியாம அழுவாத கொறையா கெடந்தேன். முனுசாமிக்கு ஏழு புள்ளைங்க... அதுல ஒருத்தன் ஊமையன். ஊமையன பாத்து மூக்க சொறிஞ்சா... அவனுக்குக் கோபம் கோபமா... வந்து அடிக்க வந்திடுவான். ரெண்டு புள்ளைக்கு அப்பாவான அவன வெறுப்பேத்த இப்ப இருக்குற பொடிப்பயலுங்க கூட மூக்க சொறியிறானுங்க... ஊமையனும் அவனுங்கள அடிக்க ஓடிக்கிட்டுயிருக்கான்.

வீரமணி சார் எங்க குடும்பத்துல ஒருத்தவரா இருந்தவரு. அண்ணன் காலேஜ் படிச்சி பேராசிரியரானதிலிருந்து, என்னோட பள்ளி படிப்பு வரைக்கும் படிப்பு சம்மந்தமான எல்லா கேள்விக்கும் பதிலாக இருந்தாரு. நான் எட்டாவது படிக்கிறப்ப மகாத்மா காந்தி பற்றியான பேச்சுப் போட்டியில என்ன பேச சொல்லிடாரு. பத்தாவது, பன்னிரண்டாவது மாணவர்கள் முன்னாடி நான் எப்படி பயப்படாம பேசுறதுன்னு தெரியாம பேச்சு போட்டி நடந்த அன்னைக்கு லீவு

போட்டுட்டேன். அத இன்னைக்கு வரைக்கும் சொல்லிக்காட்டிச் சிரிப்பாரு. நல்லா புரியும்படி நிதானமா... பாடம் நடத்துவாரு.

பள்ளிக்கூட மெயின் ரோட்டுல உயரமா... அழுக்குத் துணியோட எங்கிருந்தோ மனநிலை பாதிக்கப்பட்ட ஒருத்தன் வந்திருந்தான். அவன் ரோட்டுல போற, வரவங்கள பயமூட்டி, வம்பு வளத்து நெருங்க போவான். அவுங்க நடுக்கத்தோடு ஓடுவாங்க... தினசரி இத கேள்விப்பட்டுக் கொந்தளித்த வாலிபர்கள் அவன அடிச்சி வெரட்டப் போனாங்க. அவனோ.... இவனுங்கள கல்லால அடிச்சி வெரட்டிட்டான். சாமர்த்தியமா... அந்த எடத்தவிட்டு நகராமலி ருந்த அவன பத்தி போலீஸ் ஸ்டேஷன்ல சொன்னாங்க... காவலர்கள் இரண்டு நாள் கழிச்சி வந்து அவன்கிட்ட பேச்சு கொடுத்தப்ப... பதிலுக்கு அவன் புரியாத பாசை பேசினான். அவன புடிச்சி தலமுடி வெட்டி, குளிக்க வச்சி மனநல காப்பகத்துக்கு அனுப்பிவிட்டதாக எங்க ஊரு எஸ்.ஐ சேகரு சொன்னார்.

அணைக்கர பாலம் பிரிட்டிஷ்காரங்க கட்டுனது. பாலத்த கட்டுறப்ப பாலு, சுண்ணாம்பு, கோழி முட்ட கலந்து கட்டினதா சொல்லுவாங்க. பாலத்துக்குக் கீழ தண்ணியில முதலைங்க தெப்பக்கட்ட மாதிரி கெடக்கும். கல்லெடுத்து அடிச்சா சிணுங்கிட்டு ஓடும். கோட காலத்துல வெறும் மணலா இருக்குற ஆத்துல அங்கங்க தண்ணி தேங்கியிருக்கும். அதுல சில முதலைங்க கெடக்கும். அப்ப ரொம்ப கிட்டத்துல முதலைய பாக்கலாம். பாலத்துக்குப் பக்கத்துல மூலிகைப்பூங்கா இருக்கும். சிலரங்கே காதல் வயப்பட்டு இருந்ததையும் காண முடிந்திருக்கிறது.

ஒவ்வொரு வீட்டிலேயும் பணம் வசூலித்துப் பல திட்டங்கள் வகுத்துக் கோவில் திருவிழா நாள் குறித்தார்கள். அந்த நாட்களில் ரேடியோவில் பக்திப் பாடல்கள் கேட்கும். திருவிழா அன்று இளந்தாரிகள் கூட்டம்,கூட்டமாக தெருவிற்குள் அலைந்து கொண்டிருப்பார்கள். சாமிக்கான அலங்காரம் முறைப்படி நடக்கும். உடலில் அலகு குத்திக்கொண்டு காவடி எடுப்பார்கள். ‘சில பெண்களின் மீதான கருத்துகளை நம்மிடம் போதித்தோர்களின் எண்ணங்கள் தவிடு பொடியாகிடும்படி முழு பக்தியில் மூழ்கிக் கடந்து சென்ற மகளிரை வணங்கவே தோன்றியது’. தேங்காய், வாழைப்பழம், பூ, ஊதுவத்தி, கற்பூரம், எலுமிச்சைப்பழம், குங்குமம், வெற்றிலை, பாக்கு இவற்றைத் தட்டில் வைத்து அர்ச்சனைக்காகக் காத்திருப்பார்கள். ஒவ்வொரு வீடாக ஆசி வழங்கி வந்துகொண்டிருந்தது அம்மன்.

தெருவெங்கும் மஞ்சள் தண்ணி சாயமும், வேப்பிலை சிதறல்களும் கிடந்தன. இரவு பத்தரை மணிக்கு மேல் நிகழ்ந்த கரகாட்டத்தைக் காண அதிக அளவிலான மக்கள் வந்திருந்தார்கள். ஒப்பனைகளை நிரப்பிய கரகாட்டக்காரிகளின் அழகு மெய் சிலிர்க்க வைக்கும். அவர்களின் பொதுவெளி உரையாடல்கள் ஆபாச வார்த்தைகளால் அலங்கரித்திருந்தன. ரசிகர்களின் கைதட்டலுக்கும், கூச்சலுக்கும் ஏற்ப ஆட்டத்தை கூட்டும் அவர்களின் உள்ளம் களிப்புடன் இருக்குமா? என்பது சந்தேகம். அதிர்வூட்டும் தோற்றத்தில், பாவனையில் கிறங்கடிக்கச் செய்யும் அவர்களின் அசைவுகள் நம்மை மறக்கச் செய்துவிடும். கரகாட்டக்காரியோடு சேர்ந்து ஆடி கூட்டத்தை விசிலடிக்க வைத்த சக்திவேலுவை... வீட்டுல சேக்காம கதவ சாத்தி... “அந்த கரகாட்டக்காரியோடயே ஓடிப்போயிடு... இந்தப் பக்கம் வந்திடாத” என்று கோபத்தைக் குதறிய சக்திவேலுவின் மனைவி ராஜவள்ளிக்கும் மளிகைக்கட மாணிக்கத்துக்கும் தொடர்பு உண்டு என்பதனை மறுக்க முடியாது.

பதிமூன்று வருடம் அரசபுரத்தைப் பிரிந்து அயல்நாட்டில் வசித்து... அங்கிருந்து துரத்தப்பட்டு இன்று என் சொந்த ஊருக்கு வந்திருக்கும் போது எத்தனையோ ஞாபகங்கள் கண் முன்னே... வந்து மோதி ஒரு திரைப்படம் போல ஓடிக்கொண்டிருக்கிறது.

○

12.
இருவர்

“அவந்திகா... நீயும் நானும் இப்ப இருக்குற மாதிரியே எப்போதும் இருக்கணும். நமக்குள்ள சண்ட வரக்கூடாது. அப்படியே... சின்னதா சண்ட வந்தாலும் நானோ... இல்லனா... நீயோ... முதல்ல... பேசிடணும். நமக்குப் புடிச்ச மாதிரி நாம வாழணும். ஒன்னையும், என்னையும் இங்க ஒண்ணா சேத்ததுக்கு கடவுளுக்கு நன்றி சொல்லணும்” என்றாள் ஐஸ்வர்யா.

“நான் உன் கூடவே இருப்பேன். நீ எதுக்கும் கவலப்படாத. எதுக்கு இப்ப திடீர்ன்னு இப்படி பேசுற....?”

“இல்லடி... நைட்டுலயிருந்து மனசுல தேவையில்லாத ஒண்ணு ஓடிக்கிட்டு இருக்கு...”

“என்னது ஓடுது?”

“நமக்குள்ள ஏதோ... சண்ட வந்து நீயும்... நானும் பிரியுறா போல...”

“நிறுத்துடி... அப்படியொன்னு நடக்கவே நடக்காது. முதல்ல.... நீ உன்ன நம்பு.”

குறைந்த விலையில் கிடைக்கும் தின்பண்டங்கள், சிறிய பரிசு பொருட்கள், சில்லரை காசுகள், உணவு பரிமாற்றம் இதனோடு நிலவும் பள்ளிக்கால அன்பு அலாதியானதே...

ஐஸ்வர்யா வர்ற சனிக்கிழம டியூசன் கெடையாது. நாம தஞ்சாவூர் அரண்மனைய சுத்திப் பாத்துட்டு வந்திடலாம்.

“வீட்டுல கேக்கணும் டி...”

“உங்க அம்மா கிட்ட நான் பேசி உன்ன கூட்டிட்டுப் போறேன்.”

“அவுங்க தனியா என்ன எங்கேயும் அனுப்பமாட்டாங்க...”

"உன் கூட தான் நான் வறேனே..."

"நாம ரெண்டு பேரும் பொண்ணா இருக்குறதால... என்ன மட்டும் தனியா அனுப்பமாட்டாங்க. அப்படி அனுப்பினாலும் துணைக்கு என் தம்பிய அனுப்புவாங்க..."

"சரி... அழச்சிட்டுப் போவோம்."

"ஒரு ஆளுக்கு டிக்கெட் எவ்வளவு?"

"ஐந்து ரூபா..."

"நீ உன் சைக்கிள்ள உன் தம்பிய அழச்சிட்டு வந்திடு. நான் என் சைக்கிள்ள வந்துடுறேன். டிக்கெட் மூணு பேருக்கும் பதினைந்து ரூபாய். அரண்மனைய சுத்தி பாத்துட்டு வெளியில... எலந்தப்பழம், வேர்க்கடல, பஞ்சுமிட்டாய், ஐஸ்க்ரீம் விப்பாங்க... வாங்கி சாப்பிட்டுப் பக்கத்துல இருக்குற கிரவுண்ட்டுல பத்து ரவுண்டு சைக்கிள் ஓட்டி முடிச்சி வீட்டுக்கு வந்திடலாம்.

"காசு கேட்டா... அம்மா என்ன சொல்லுவாங்கன்னு தெரியலயே..."

"நீ அவுங்ககிட்ட கேட்க வேணாம்."

"உனக்கு எதுக்குடி செரமம்."

"செரமல்லாம் ஒண்ணுமில்ல..."

"சனிக்கிழம ரெடி ஆகிடு. போவோம்."

"இல்லடி..."

"நீ எதுவும் பேசாத, போகலாம்."

இருவரும் பேசிக்கொண்டே பள்ளிக்கூட மைதானத்திலிருந்த சைக்கிள் ஸ்டேண்டிலிருந்து தங்களது சைக்கிளை எடுத்துக்கொண்டு அவரவர் வீட்டுக்குப் போனார்கள்.

ஐஸ்வர்யாவின் தந்தை நகை அடகு சீட்டொன்றைத் தேடிக் கொண்டிருந்தார். அவளது அம்மாவோ பள்ளி முடிந்து வரும் பிள்ளைகளுக்கு தேநீரும், பிஸ்கட்டும் எடுத்து வைத்துக் கொண்டிருந்தாள். எஸ்.சி.வி சேனலில் நடிகர் மோகனின் பாடல்கள் ஒளிபரப்பாகிக் கொண்டிருந்தன.

"ஏ... ஐஸூ..... ஐஸ்வர்யா... மாடிக்குப் போய் காயப்போட்டிருந்த துணிய எடுத்துட்டு வா..."

"இப்ப தானம்மா வந்தேன்."

“உன்ன இப்ப… போக சொல்லல… கை கால் மூஞ்சிய கழுவிட்டு டிரஸ்ச மாத்திட்டுப் போய் எடுத்துட்டு வா…”

“சரிம்மா…”

“டெய்லியும் இந்த பிஸ்கட்தானா… வேற எதுவும் திங்கிறதுக்கு இல்லையாம்மா…”

“இன்னைக்கு இத சாப்பிடு. நாளைக்கு உனக்கு வெங்காய பக்கோடா வாங்கி தாறேன்.”

“அம்மா… எனக்கு…” என்றாள் ஐஸ்வர்யா.

“ஏ… அவன் சின்ன பையன் கேட்குறான். நீயும்மாடி…”

“நான் பத்தாவது தானே படிக்கிறேன். நானும் சின்ன பொண்ணுதாம்மா…”

“நீ சின்ன பொண்ணு தான். இருட்டுறதுக்குள்ள மாடியில காயிற துணிய எடுத்துக்கிட்டு வா…”

“கொஞ்சம் பேச விடமாட்டிங்களே…”

நகை அடகு சீட்டை தேடிக் கண்டடைந்த… ஐஸ்வர்யாவின் தந்தை “ம்மா… ஒரு மாசத்துக்கு நானூற்றி ஐம்பது ரூபாய் வட்டி. பன்னிரண்டு மாசத்துக்கு ஐயாயிரத்து நானூறு ரூபாய் வட்டி வருது. கையில இப்ப அவ்வளவு பணம் இல்லையே சொர்ணம்.”

“நான் வேலைக்கு போகட்டான்னா… அதுக்கும் வேணான்னு சொல்றீங்க… நீங்க பாக்குற வேலைக்கு ஒத்த ஆளா நின்னு இந்தக் குடும்பத்த எப்படி காப்பாத்த முடியும்?”

“உனக்கு மூட்டுவலி, மொழங்கால் வலி இருக்கு. கொஞ்ச நேரம் நின்னு சமைய கட்டுல வேல செய்யுறப்பவே வலிக்குது வலிக்குதுங்குற..”

“நோய் நொடி இல்லாமலிருக்கணும்னு தான் நெனக்கிறேன். சரி… அந்த அலமாரி உள்ளார கல்லுவெச்ச தோடு இருக்கு. அத அடகு வச்சி இந்த நகைக்கு வட்டி கட்டிட்டு வாங்க.”

“கோச்சிக்காத…. சொர்ணம்.”

“போங்க… போங்க முதல்ல வட்டிய கட்டிட்டு வாங்க…”

……………

“ஏ... அவந்திகா படிக்கிறதவிட்டுடு... பள்ளிக்கூடத்துலயிருந்து வந்த உடனே இப்படி டி.விய போட்டுகிட்டு... உட்காந்திருக்க...”

“ஒரு அரை மணி நேரம் பாத்துட்டுப் படிக்க போயிடுவேன்.”

“டென்த் படிக்கிற அத மறந்துடாத... நானூத்தி ஐம்பதுக்கு மேல மார்க் வாங்கணும். கொறஞ்சதுன்னா... உனக்கு ஒண்ணும் வாங்கித் தரமாட்டேன்.”

“வாங்கிடுவேன்.”

“டியூசன் போகலையா...”

“மிஸ்..... வெளியூர் போயிருக்காங்க. ரெண்டு நாள் லீவு.”

“மாசாமாசம் ஃபீஸ் கரெக்ட்டா... கொடுத்துடுறேன். நீ தான் சூதானமாயிருந்து படிச்சுக்கணும். தெரியாததக் கேட்டு தெரிஞ்சிக்கணும். புரியுதா...”

“புரியுதுப்பா...”

“அம்மா எங்க?”

“கடைக்கு...”

“நீ கூட போகலையா...”

“நான் வரேன்னு சொன்னேன்.”

“நீ வீட்டிலேயிருந்து டி.விப் பாருன்னு சொல்லிட்டுப் போயிட்டாளா...”

“அப்பா....”

“ஆறு மணி ஆச்சுன்னா... வெளக்கு ஏத்தணும்னு தெரியாதா... மதமதன்னு உட்காந்திருக்க... போ... சாமிக்குப் பூப்போட்டு வெளக்கேத்து.”

“இன்னைக்கு டி.வி பாத்த மாதிரி தான்.”

“என்ன? முனகுற...”

“ஒண்ணுமில்ல... ஒண்ணுமில்ல அப்பா...”

காமாட்சி விளக்கில் புதிய எண்ணெய் ஊற்றி, திரி மாற்றித் தீப்பெட்டியில் நெருப்பு குச்சி உரசி திரியில் பற்ற வைக்கிற போது உதயமான சிறு மஞ்சள் வெளிச்சத்தில் பேரழகு பொருந்தியவளாக அவந்திகா இருந்தாள். கம்பியூட்டர் சாம்பிராணி, ஊதுவர்த்தி கொளுத்தி வீடெங்கும் வாசனை புகை பரவச் செய்தாள். பிரேம் போட்ட புகைப்படத்திலிருந்த கடவுளையும், குபேரன், வடபழனி

முருகன் சிலையையும் தொட்டு வணங்கினாள். அவற்றிற்குப் பூக்களை வைத்தாள். விபூதி, குங்குமம் எடுத்துக்கொண்டு போய் அப்பாவிற்குக் கொடுத்தாள்.

"அப்பா... அம்மா வந்துட்டாங்க..."

"அவந்தி... அவந்தி..."

"என்னம்மா..."

"தோசை மாவு வாங்க மறந்துட்டேன். வாங்கிட்டு வாடா... என் செல்லம்ல..."

"அம்மா... நான் படிக்கணும்."

"ஐந்து நிமிஷத்துல வந்திடலாம். போடா... என் பட்டுல்ல..".

"காசு கொடுங்க..."

"அக்கவுண்டுல வாங்கிட்டு வா..."

....

சனிக்கிழமை ஐஸ்வர்யா வீட்டுக்கு அவந்திகா வந்தாள்.

"என்னடி இன்னும் ரெடி ஆகலையா?"

"இல்லடி..."

"ஏன்?"

"அம்மா போக வேணாம்னு சொல்லிட்டாங்க..."

"ஏன்?"

"காசு இல்லடி..."

"அய்யோ... காசும் வேணாம் ஒண்ணும் வேணாம். நான் முப்பது ரூபாய் வச்சிருக்கேன். வா போகலாம்."

"அம்மா... அம்மா... அவந்திகா அரண்மனைக்குப் போகக் கூப்பிடுறா..."

"காசு இல்லன்னு சொன்னேனே..."

"அவ... வச்சிருக்காளாம்."

"ஏன்ப்பா... இந்த வெயில் நேரத்துல... அரண்மனைக்குப் போறீங்க. நம்ம வீட்டுலேயே வெளையாடலாம்ல..."

"இல்ல ஆண்ட்டி. அரண்மனைக்குப் போகணும்னு ஆசை. அப்பா அழச்சிட்டுப் போகமாட்டார். இந்த சான்ஸ்ச விட்டா... திரும்பப் போக முடியாது. அடுத்தடுத்து எக்சாம், டெஸ்ட், டியூஷன்னு வந்திட்டு இருக்கு..."

சாமி மாடத்திலிருந்து பத்து ரூபாய் எடுத்து வந்து ஐஸ்வர்யாவிடம் நீட்டினாள் சொர்ணம்.

"ஆண்ட்டி... நீங்க வச்சிக்கோங்க... என்கிட்ட பணம் இருக்கு..."

"ஏன்ப்பா..."

"நான் எங்க அப்பாட்ட கேட்டுத்தான் பணம் வாங்கிட்டு வந்தேன்."

"ஓ....."

ஐஸ்வர்யா, அவள் தம்பி, அவந்திகா தஞ்சை அரண்மனையை வந்தடைந்தார்கள். மூவரும் இவ்வழியே பலமுறை கடந்தாலும் வீட்டில் இருக்கும் நபர்களின்றி இங்கே வருவது இதுவே முதல்முறை.

"அக்கா... எனக்கு அந்த மாங்கா வேணும்."

"ஆரம்பிச்சிட்டியா... இருடா..."

"சொல்லுடா ராஜேஷ். மாங்கா வேணுமா...?"

"ம்... ம்..."

"வா... வாங்கலாம்."

"ஏய்... அவனுக்கு வாங்கிக் கொடுக்காத..."

"ஆசப்பட்டு... கேட்டுட்டான் விடு. இந்தாடா... ராஜேஷ் நல்லாயிருக்கா..."

"இருக்கு..."

"எனக்கு வேணுமான்னு கேட்கமாட்டியா...?"

"இந்தாக்கா... புடி... இந்தாக்கா..."

"வேணாம்டா..."

"பரவாயில்ல... சாப்பிடுங்க..."

"அந்தச் சின்ன மாங்காய மட்டும் குடு..."

அரண்மனையின் வெளித்தோற்றம் பிரமிக்க வைக்கக் கூடியதாக இருந்தது. வரலாற்று நிகழ்வுகளை கண் முன்னே கொண்டு நிறுத்தியது. வலுவான கட்டிடத்தின் உறுதித் தன்மை வியக்க வைத்தது. நாயக்க மன்னர்களால் கட்டப்பட்ட தஞ்சை அரண்மனை பிறகு மராத்திய அரசின் வசம் போனது. மராட்டியர்களின் கட்டிடக்கலை நுட்பம் அங்கே காணப்படும். அரண்மனைக்கு அருகிலயே சரஸ்வதி மஹால் நூலகம் இருக்கிறது. அங்கே பல மொழிகளின் ஓலைச்சுவடிகளும், மருத்துவம், இலக்கணம், இலக்கியம், சமயம், அறிவியல் சார்ந்த நூல்கள், கையெழுத்துப் பிரதிகளும் இருந்தன. மூவரும் டிக்கெட்

எடுத்துக்கொண்டு அரண்மனைக்குள் நுழைந்தார்கள். சிற்பங்கள் கண்ணாடிப் பெட்டிக்குள் காணப்பட்டன. மன்னர்கள் பயன்படுத்திய ஆடை, அணிகலன்கள், மரத்திலான பொருட்கள், பீங்கான்கள், கைவினைப்பொருட்கள் இவற்றைப் பாதுகாக்க அரசாங்கத்தால் ஆட்கள் நியமிக்கப்பட்டிருந்தார்கள். அவந்திகாவும், ஐஸ்வர்யாவும் வியந்து, வியந்து பார்த்துக்கொண்டிருந்தார்கள். "தொடக்கூடாது" என்ற கண்ணாடிப் பேழையைத் தொட்டுப்பார்த்தான் ராஜேஷ். அரண்மனையின் முதல்மாடியில் தரங்கம்பாடி கடற்கரையில் கண்டெடுக்கப்பட்ட தொன்னூற்று ஐந்து அடி நீளமுள்ள ராட்சச திமிங்கலத்தின் எலும்புக்கூடு இருந்தது. அரண்மனையின் கடைசி மாடிப்பகுதியிலிருந்து பார்க்கும் போது தஞ்சை நகரம் பச்சை புல்வெளிக்கு மத்தியில் சிமெண்ட் கட்டிடங்கள் பூத்து ரம்மியமாகக் காட்சியளித்தது.

"அங்க பாருடி புறா... என்ன அழகு?"

"நம்ம வீட்டுல எடுத்துட்டுப் போய் வளக்கணும்."

"எங்க அப்பா ஒத்துக்க மாட்டாரே..."

"எங்க அப்பாவும் தாண்டி..."

"அரண்மனையைச் சுற்றிப் பாத்தாச்சி... அடுத்து சரஸ்வதி மஹால் நூலகம் போலாமா?" என்றாள் அவந்திகா

"இன்னொரு நாள் போலாமே... இப்பவே... அரை நாள் ஆயிடிச்சி" என்று ஐஸ்வர்யா சொன்னாள்.

"உன் விருப்பம் தான் முக்கியம். வீட்டுக்கே போகலாம்."

அரண்மனையிலிருந்து சைக்கிளை எடுத்துக்கொண்டு ஒரு குகை வடிவ வளைவைக் கடந்த பின்னரே முக்கிய சாலைக்குச் செல்ல முடியும். அப்படி அந்தக் குகை வடிவ வளைவைக் கடக்கும் போது ராஜேஷ் "அவந்தி" என்று கத்தினான். அக்குகையானது 'அவந்தி... அவந்தி... அவந்தி...' என்று எதிரொலி ஏற்படுத்தியது. பதிலுக்கு அவந்திகா "ஏன்டா இப்படி" என்றாள். அது "ஏன்டா இப்படி... ஏன்டா இப்படி... ஏன்டா... இப்படி " என்று எதிரொலித்தது. மூவரும் சிரித்துக்கொண்டே அக்குகை வளைவைக் கடந்தார்கள்.

....

அன்று காலை முதல் வகுப்பாக... கணக்குப் பாடம் நடந்தது. நேற்று சென்று வந்த... அரண்மனையில் நிகழ்ந்த ஏதோவொன்றை

ஐஸ்வர்யா அவந்திகாவிடம் சொல்ல அவந்திகா வாய்விட்டுச் சிரித்துவிட்டாள். இதைக் கவனித்த ஜான்சி டீச்சர் "ஏய்... பாடத்த... கவனிக்காம என்னடி... அங்க... சிரிப்பு..." என்று கத்தினார்.

"சும்மா... மிஸ்."

"என்ன... சும்மா? எங்க போனாலும் ரெண்டு பேரும் சேர்ந்தே... போறிங்க, சேர்ந்தே வர்றிங்க. அவந்திகா நீ முத பெஞ்ஜில உட்காரு, ஐஸ்வர்யா நீ மூனாவது பெஞ்ஜில உட்காரு. இனிமே நீங்க சேர்ந்து உட்காரக்கூடாது."

அவந்திகா அழ ஆரம்பித்துவிட்டாள்.

"எதுக்குடி அழற..."

"இல்ல... மிஸ்."

"உன்ன நான் அடிக்கவேயில்லையே..."

அவந்திகா அழுவதைக் கண்டவுடன் ஐஸ்வர்யாவும் அழ ஆரம்பித்துவிட்டாள்.

"ஏய்... என்ன? பைத்தியக்காரின்னு நெனச்சிட்டீங்களா... எதுக்குடி அழறிங்க... சொல்லுங்க?"

பதில் கூறாமல் இருந்தார்கள்.

"ரெண்டு பேரும் கிளாஸ் ரூம விட்டு வெளிய போய் நில்லுங்க..."

அச்சமயம் ரவுண்ஸ் வந்த ஹெட்மாஸ்டரிடம் ஜான்சி டீச்சர் நடந்ததை விளக்கமாக எடுத்துக்கூறினார். அதைக் கேட்ட ஹெச்.எம் "இவுங்க படிப்பெல்லாம் எப்படி?" என்றார். "நல்லா படிப்பாங்க சார். அதுல குறை சொல்ல முடியாது" என்று ஜான்சி டீச்சர் கூறினார்.

"அப்புறம் ஏன்? தனித்தனியா... உட்கார வைக்கிறிங்க... ஒண்ணாவே... உட்கார வையிங்க" என்று ஹெச்.எம் சொல்லிவிட்டுப் போனார்.

....

அவந்திகா வீட்டில் புதிதாகத் தொலைபேசி கனெக்சன் கொடுத்திருந்தார்கள். 253428 என்பதே அந்தத் தொலைபேசி எண்.

"மாப்ள.... வீட்டுல டெலிபோன் வச்சிருக்கேன்டா. இனிமே நீ லெட்டர் எழுதிப் போட வேணாம். நாம போன்லயே பேசிக்கலாம்."

“அப்படியா... மாமா. அக்காட்ட குடுங்க, தம்பிட்ட குடுங்க, அவந்திகாட்ட குடுங்க... என்று பேசினான் அவன்.”

அப்போது அவந்திகாவிற்கு ஐஸ்வர்யாவிடம் போனில் பேச வேண்டும் போல் தோன்றியது. ஐஸ்வர்யா வீட்டில் போன் இல்லையே...

மறுநாள் பள்ளியில்.....

“ஐஸ்வர்யா... எங்க வீட்டுல போன் வாங்கியிருக்காங்க...”

“ஓ... சூப்பர் டி...”

“உங்கிட்ட போன்ல பேசணும், போன்ல உன் குரல எப்படியிருக்குன்னு... கேட்க ஆசப்படுறேன்.”

“பக்கத்து வீட்டுல... போன் இருக்கு. அவுங்க நம்பர் 281523. நீ நைட்டு கால் பண்ணு. ஆனா... ரொம்ப நேரம் பேச முடியாது. ஓகே வா...”

“ஓகே...”

அன்று இரவு எட்டு முப்பது மணியளவில் இருவரும் தொலைபேசியில் பேசிக்கொண்டார்கள்.

“போன்ல கேட்குறப்ப உன் குரலு நல்லா இருக்குடி...”

“உன் குரலும் நல்லா இருக்கு அவந்திகா...”

“ஐசு... ஹோம் ஒர்க் முடிச்சிட்டியா?”

“இல்லடி...”

“நானும் இன்னும் முடிக்கல...”

“உன் தம்பி எங்க?”

“தூங்குறான்.”

“அதுக்குள்ளே வா...”

“ஆமாம். அவன் சாப்பிட்டவுடனே தூங்கிடுவான்.”

“எப்ப... படிப்பான்?”

“காலையில சீக்கிரம் எழுந்திரிச்சி படிக்க ஆரம்பிச்சிடுவான்.”

“அப்பா எங்க?”

“வீட்டுல...”

“அம்மாவக் கேட்டதா சொல்லு.”

“சொல்றேன்டி...”

“நாளைக்கு ஸ்கூல பாப்போம்.”

“ம். சரி... டி.”

“குட் நைட்.”

“குட் நைட்.”

“வச்சிடட்டா...”

“வச்சிடு.”

அன்று பள்ளியில் பத்தாம் வகுப்பு மாணவர்களுக்கு உயர்கல்வி, மேற்படிப்பு மற்றும் வாழ்க்கையில் எப்படி வெற்றி பெற வேண்டும் அப்படி வெற்றி பெறுவதால் கிடைக்கும் நன்மைகள் குறித்து பேசுவதற்காக... தஞ்சை மருத்துவக்கல்லூரி மருத்துவர் கோபால கிருஷ்ணன் அழைக்கப்பட்டிருந்தார். அவரின் பேச்சைக் கேட்டு மாணவிகள் உத்வேகம் அடையத் தொடங்கினார்கள். சிறந்த சொற்பொழிவாளரின் உரையை ஒத்ததாக அவரின் பேச்சு இருந்தது. காலாண்டு, அரையாண்டுத் தேர்வுகளில் தோல்வியடைந்த சில மாணவிகள், அடுத்த தேர்விற்கு ஆரோக்கியமாகச் செயல்பட அவரின் கருத்துரை சிந்திக்க வைத்தது. ‘தொடர்ந்து முயற்சி செய்வதாலே உங்கள் எண்ணம் கைக்கூடும். இலட்சியம் இல்லாத வாழ்க்கை வெறும் வாழ்க்கை. தங்களின் திறமையை வெளிக்கொணர்ந்து நினைத்த இடத்தை அடைந்தவர்களில் உங்களைக் கவர்ந்த ஒருவரின் ஒழுக்கமான கொள்கைகளை முன் உதாரணமாக எடுத்து நீங்கள் செயல்பட வேண்டும். வீட்டில் நடக்கும் பல பிரச்சனைகளுக்கு முற்றுப்புள்ளி வைக்க நீங்கள் நன்றாகப் படித்து அதிக மதிப்பெண் பெற்று வாழ்க்கைத் தரத்தை உயர்த்த வேண்டும். கல்வியால் அடைய வேண்டிய இலக்கைச் சாத்தியமாக்க முடியும். கடின உழைப்பினால் மட்டுமே யாவும் கைகூடும். அதற்கு நேரத்தைச் சரியாகப் பயன்படுத்த வேண்டும்’ என்று டாக்டர் பேசிய அப்பேச்சில் பல நன்மைகளை அறிந்தவாறு விடை பெற்று விலகினார்கள் மாணவிகள்.

அவந்திகாவும், ஐஸ்வர்யாவும் நெருக்கமாகப் பழகுவதைக் கண்டவர்கள் பொறாமைப்பட்டார்கள். ஒரு சிறு செடி மெல்ல உயர்ந்து வருவதைப் போல அவர்களின் நட்பு புனிதத்தின் புனிதமாகயிருந்து தனித்துவம் பெற்றிருந்தது. எதையும் எதிர்பார்க்காத நட்பு, அந்த நட்பிலே மின்னிடும் பேரன்பு, அந்தப் பேரன்பின் நிழலில் எப்போதும் எந்த நேரத்திலும் இருந்தோங்கும் பாசப்பிணைப்பு, அந்தப்

பாசப்பிணைப்பின் உந்துதலில் உயிர்த்தெழும் உறவு, அந்த உறவிலே கலந்தோங்கும் ஆத்மார்த்தம் உண்மையின் உண்மையென இருந்தது.

"நான் ஒண்ணு கேட்கிறேன். தப்பா நெனைக்க மாட்டல்ல..."

"கேளுடி..."

"நாம திக் ஃபிரண்ட்ஸ்சா இருக்கோம்."

"ஆமாம்."

"உனக்கு எப்ப கல்யாணம் பண்ணுவாங்க?"

"இப்ப ஏன் அத கேட்குற... அவந்திகா?"

"சொல்லுடி?"

"தெரியலையே..."

"உனக்கு?"

"எனக்கு மட்டும் எப்படி தெரியும். உனக்கு மேரேஜ் ஆயிடிச்சின்னா... எங்கிட்ட பேசமாட்டல்ல... என்ன விட்டுப் பிரிஞ்சிப் போயிடுவல்ல..."

"முதல்ல கல்யாணம் ஆகுதான்னு பாப்போம்."

"உனக்குக் கண்டிப்பா கல்யாணம் நடக்கும் டி"

"நடக்குறப்ப பாத்துக்கலாம்."

"உனக்கு மேரேஜ் ஆயிடிச்சுன்னா நீ என்கிட்டே பேசுவியா பேசமாட்டியா...?"

"பேசுவேண்டி... நான் எப்போதும் போலவே, எனக்குக் கல்யாணம் ஆயிடிச்சின்னாலும் உங்கிட்ட பேசிக்கிட்டு தான் இருப்பேன். என்னாலயும் உங்கிட்ட பேசாம இருக்க முடியாது. புரிஞ்சிக்கோ!"

"ஹம்..." ஐஸ்வர்யா சிரித்தாள்.

....

"அவந்திகா, அவந்திகா, அவந்தி..... எந்திரிடி... மணி எட்டு ஆகுது. இன்னுமா... தூங்குற..."

"இரும்மா... கொஞ்ச நேரம் தூங்கிக்கிறேன். நைட்டு படிச்சிட்டு ஒரு மணிக்கு தான் படுத்தேன்."

"சந்தை போட்டுயிருக்காங்க. வா... போய்ட்டு காய்கறி, மளிக சாமான் வாங்கிட்டு வரலாம்."

"அப்பாவ அழச்சிட்டுப் போம்மா..."

“அவரு காலையிலேயே வெளியில போயிட்டாரு…”

“சன்டே. இரண்டு மணி நேரம் எக்ஸ்ட்ரா தூங்க விடமாட்டிறியேம்மா…”

“ப்ளிஸ் டி… வா… எனக்கு யாரு இருக்கா. எல்லாமே நீ தானே… நீ இப்பவே இப்படி பண்ணுற. வயசான காலத்துல என்ன எப்படி பாத்துப்ப…”

“அதெல்லாம் பாத்துமேம்மா… என் செல்ல அம்மால்ல… நீ…”

அவந்திகா வீட்டுக்குப் பக்கத்திலேயே ஷேர் ஆட்டோ ஸ்டேண்ட் இருந்தது. ஷேர் ஆட்டோல ஏறி சந்தை போட்டிருக்கும் இடத்தில் இருவரும் இறங்கினார்கள். இரண்டு குச்சிப் பைகளைக் கொண்டு வந்திருந்தார்கள். ஒரு வாரத்திற்குத் தாக்குப்பிடிக்கும் பொருட்களை வாங்கினார்கள்.

“யம்மா… நீங்க வாங்குனது போதும். பை நெறஞ்சிடிச்சி. வாங்க போகலாம்.”

‘புதிய, புதிய பொருட்களை நோக்க, நோக்க அதை வாங்க வேண்டி வருகின்ற எண்ணம் தவிர்க்க முடியாத ஒன்றே’.

“அம்மா… எனக்கொரு ஹெல்ப்”

“என்னடி? ஏதாவது உனக்கு வேணுமா?”

“இல்ல…”

“அப்புறம்.”

“நம்ம ஐஸ்வர்யா இருக்கால்ல…”

“ஆமாம்.”

“அவ வீடு இங்க தான் இருக்கு…”

“அதுக்கு?”

“அவ வீட்டுக்குப் போகலாம்.”

“இந்த ரெண்டு பையத் தூக்கிட்டு எப்படிப்பா…? வெயிட் ரொம்ப அதிகமா இருக்கே…”

“உங்களுக்காக… நீங்க சொன்னவுடனே மார்க்கெட் வந்தேல்லம்மா… ப்ளீஸ்மா…”

“சரி… வா… எங்க இருக்கு… அவுங்க வீடு?”

“பூ மார்க்கெட் தெருவுல…”

“நடந்தே போயிடலாம்ல…”

"போயிடலாம்."

ஐஸ்வர்யா வீட்டு வாசலில் அவந்திகாவும், அவள் அம்மாவும் நின்றார்கள்.

"ஐஸ்வர்யா... ஐஸ்வர்யா..."

"ஏய்... வாடி... வாங்கம்மா..."

"மார்க்கெட் வந்தோம். அப்படியே உன்ன பாத்துட்டுப் போலாம்னு வந்தோம்."

"அம்மா... அம்மா... அப்பா... அவந்திகா... வந்திருக்கா..."

"வாங்க... வாங்க... உட்காருங்க..."

"எப்படியிருக்கிங்க..."

"நல்லாயிருக்கோம்."

"டேய்... ராஜேஷ்... ராஜேஷ் கடைக்குப் போய்... பால் வாங்கிட்டு வா..."

"எதுவும் வேணாம்மா. நாங்க இப்பதான் கரும்பு ஜூஸ் குடிச்சோம்."

இரு அம்மாக்களும், ஐஸ்வர்யாவும், அவந்திகாவும் ஒன்று சேர்ந்து பேசிக்கொண்டிருந்தார்கள். இவர்கள் பேசுவதை சேரில் உட்கார்ந்து கவனித்துக் கொண்டிருந்தார் ஐஸ்வர்யாவின் தந்தை.

காஃபி குடித்தார்கள்.

அவந்திகா... அவள் அம்மாவின் காதில் ஏதோ முணுமுணுத்தாள்.

"சரி... டி"

பதிலுக்கு அவந்திகா... அவள் அம்மாவின் கன்னத்தில் முத்தம் கொடுத்தாள்.

"எங்க வீட்டுக்கு வாங்க..."

"வேலயே சரியா இருக்குங்க..."

"நேரம் கெடைக்கிறப்ப வாங்க. ஆனா... வராம... போயிடாதிங்க..."

குச்சிப் பையிலிருந்த காய்கறிகள், மளிகை சாமான்கள் சிலவற்றை எடுத்துக் கீழே வைத்தாள் அவந்திகாவின் அம்மா.

"அம்மா... எங்களுக்கு இருக்கு. நீங்க வச்சிக்கோங்க..." என்றாள் ஐஸ்வர்யா.

"பரவாயில்லப்பா... வச்சிக்கோங்க, அடுத்த வாரம் சந்தைக்கு நாங்க வரவேண்டியிருக்கு..."

"இல்ல....."

"அட புடிங்க..."

வாங்கிக்கொண்டார்கள்.

முழு ஆண்டுத் தேர்வுகள் நெருங்க ஆரம்பித்தன. முன்பை விடப் பள்ளி நிர்வாகம் அதிகமான கட்டுப்பாடுகளையும், விதிகளையும் மாணவிகளின் முன்னே விதித்தார்கள். மாதிரித் தேர்வுகள் நடந்தன. தீவிரமான முறையில் பாடங்களின் மீது கவனம் செலுத்த ஆரம்பித்தார்கள் அவந்திகாவும், ஐஸ்வர்யாவும். இதனால் அவர்களின் அன்பு ஒருபோதும் ஒடிந்துபோகவில்லை. பத்தாம் வகுப்பில் சரியான மதிப்பெண் பெற்றால்தான் பிற்காலங்கள் நேர்த்தியாக அமையும் என்பதைத் தினந்தோறும் ஆசிரியர்கள் வலியுறுத்தி வந்தார்கள். ஞாயிற்றுக்கிழமைகளில் வகுப்புகள் நடைபெற்றன. ஒரு வழியாக முழு ஆண்டுத் தேர்வுகள் முடிந்தன. மே மாதத்தில் வெளியான மதிப்பெண் பட்டியலில் அவந்திகா ஐநூறுக்கு நானூற்று எண்பது மதிப்பெண்ணும், ஐஸ்வர்யா முன்னூற்று நாற்பத்தி இரண்டு மதிப்பெண்ணும் பெற்றிருந்தனர். கணிதத்தையும், அறிவியலையும் முதற்பாடமாகப் படிக்க விருப்பப்பட்ட ஐஸ்வர்யாவிற்கு 'மேக்ஸ் பயாலஜி' மற்றும் 'கம்பியூட்டர் சைன்ஸ்' பிரிவில் சேர்க்க... அனுமதி மறுத்துவிட்டார்கள். இதனால் ஐஸ்வர்யா வேறு பள்ளியில் கம்பியூட்டர் சைன்ஸ் பிரிவில் சேர முன்வந்தாள். அவந்திகாவைக் கட்டாயப்படுத்தி இதே பள்ளியில் மேக்ஸ் பயாலஜி பிரிவில் படிக்கச்சொன்னார் அவளின் தந்தை.

சந்திப்புகள் குறைந்து போன இருவரின் நட்பு தொலைபேசியில் அவ்வப்போது மலர்ந்தது. இவ்வுலகில் நீடித்த அன்பொன்றைக் காண விருப்பம். இந்தக் காலங்கள், சூழ்நிலைகள், தேவைகள், கனவுகள் நம்மை இடம் மாற, தடுமாற வைத்துவிடுகின்றன.

◯

13.

கலைந்த கனவு

வேறு பெயரைச் சூட்டாமல் உன் பெயரிலே உனக்கு நடந்ததைச் சொல்வதே உனக்கு நான் செய்யும் மரியாதை.

இறப்பு எவ்வளவு கொடூரமானது. அதன் சுழற்சித் தாக்கத்தைத் தாங்கிக் கொள்ள பெரிய சக்தி வேண்டும். அதுவும் நமக்குப் பிடித்தமானவர்களது நட்பை இழக்கும் போது, இறப்பைச் சந்திக்கும் போது ஏற்படும் அவஸ்தையை என்னவென்று சொல்ல. இறப்பு மனிதனின் முடிவுநிலை என்றாலும் இயல்பாக முடிந்துவிட்டால் அதனைப் பெரும் விவாதமாக்க வேண்டிய அவசியமில்லை. சடாரென காரணகாரியமற்று நிகழ்ந்துவிட்டால் எப்படி நினைக்காமல் இருக்க முடியும்? எப்படிப் பேசாமல் இருக்க முடியும்? இன்னும் அந்தத் துயரம் என்னை விட்டு நீங்கவில்லை. இதனை எழுத,எழுத கண்ணீரும் சுரக்கிறது.

கல்வி காலத்தின் கட்டாயம். சமூகத்தின் நிர்ணயம். அதைத் தாண்டி வேறு செயலைச் செய்து விட முடியுமா? என்ற கேள்விக்குப் பதிலில்லை. அது மூலப்பொருள். அதன் வழியே சகலமும்.

விவசாயக் குடும்பம். அந்தக் குடும்பத்திலிருந்து எழுந்தவளே கோகிலா. அவள் தங்கை அகல்யா. கோகிலா கருப்பு நிறம் என்றாலும் லட்சண முகம். அணுகுகின்ற முறையும் அற்புதம். சராசரி மதிப்பெண் பெறுகின்ற மாணவியாகப் பள்ளியிலே இருந்தாள். ஆனால் இதுவரை எந்த வகுப்பிலும் தோல்வியடைந்ததில்லை. தன் குடும்பத்தைக் கவனிக்காத அப்பாவை விட அம்மா கலையரசியோ... 'கடன உடன வாங்கியாவது எம் புள்ளைய ஒழுங்கா படிக்க வச்சி வேல வாங்கிக் கொடுத்திடணும்' என்கிற இலட்சியத்தைக் கொண்டவளாக இருந்தாள். "நாம வயக்காட்டுக்கு போய் களபுடுங்கி, நாத்து நட்டு வாழுறோம். நம்ம புள்ளையுமா இந்த வேலய செய்யணும். என் அண்ணங்காரனுங்க

குடும்பத்துக்கின்னே வாழ்ந்துகாட்டணும். ரெண்டு பொட்ட புள்ளைங்க என்ன பண்ணுது, ஏது பண்ணுதுன்னு கண்டுகுறாங்களா? நான் என்ன காசு, பணம் குடுன்னா கேட்டேன். எங்கள பாத்துப்புட்டா தலய தொங்கப்போட்டுல போறானுங்க... எல்லாத்துக்கும் ஒரு காலம் வரும்". இப்படியாகக் கலையரசி ஆதங்கப்படுவாள்.

சோழபுரத்தில் சுமார் ஐம்பது குடும்பங்கள் இருந்தன. பெண்களில் இரண்டு பெண்கள் மட்டுமே கல்லூரிக்குச் சென்று படித்தார்கள். புவனா பி.எஸ்.சி. கம்பியூட்டர் சைன்ஸ், கோகிலா பி.ஏ. ஆங்கில இலக்கியம்.

குடும்ப கஷ்டத்தினால் கோகிலாவோடு பள்ளியில் படித்த மற்ற பெண்கள் படிப்பைப் புறந்தள்ளி திருப்பூர் பனியன் கம்பெனிக்கு வேலைக்குப் போனார்கள். கோகிலாவை அவர்கள் வற்புறுத்தி அழைத்தார்கள். அன்றோர் இரவு முழுவதும் யோசித்தாள். 'குடும்பமும் வறுமையில இருக்கு. காலேஜ் படிச்சி முடிச்சி வேலைக்கு தான் போகப்போறோம். அந்த வேல இப்பவே கெடைக்குது. திருப்பூர் போவதே உசிதம்' என்று முடிவெடுத்து கலையரசியிடம் கேட்டாள்.

அதிர்ந்து போன கலையரசி "அடியே... உனக்கு ஏதாவது புத்தி, கித்தி கெட்டு போச்சா... நீ வேலைக்குப் போக வேண்டிய வயசா... இது. உன் அப்பனால முடியாட்டியும் உன்னை படிக்க வச்சி கர சேக்க வேண்டியது என் பொறுப்பு. நான் எம்மம் பாடுபட்டாவது உன்னைப் படிக்க வைக்கிறேன். அதுக்கு ஆகுற செலவ ஏத்துகிறேன். நீ காலேஜ்க்குப் போய் ஒழுங்கா படி. அதுக்கு அப்புறம் தன்னால வேல கெடைக்கும்."

"ஆமாம், படிச்சவங்களுக்கெல்லாம் வேல கெடைக்கிதா என்ன? படிச்சது ஒண்ணு, செய்யுற வேல ஒண்ணால இருக்கு.... ஏன்? யம்மா நீ புரியாம பேசுற. டீச்சர் ஆகணும்னா... அடுத்தது பி.எட். படிக்கணும். தனியார் காலேஜ்ல பி.எட். முடிக்க ஒரு லட்சம் ஆகுமாம். அதுக்கு எங்க அம்மா போவ?" என்றாள் கோகிலா.

"நீ கவலப்படாத; ஒரு வாரத்துக்குள்ள நான் பணம் ரெடி பண்ணி தாறேன்."

தன்னிடமிருந்த கொஞ்ச பணம், தோடு, மூக்குத்தியை அடகு வைத்து உறவுக்காரர்களிடம் பத்தாயிரம், இருபதாயிரம் கடன் வாங்கி பி.எட். படிப்பிற்கான அடிப்படைக் கட்டணம் செலுத்தி கோகிலாவை அட்மிஷன் போட கல்லூரிக்கு அழைத்துப் போனாள் கலையரசி.

கல்லூரிச் சூழல், புதிய நட்பு வட்டம் மாறுபட்ட சிந்தனையை அவளுக்குள் ஏற்படுத்திவிடவில்லை. பேராசிரியர்களின் அணுகுமுறையும் அவளுக்குப் பிடிக்கவில்லை. சக மாணவிகள் கட்டணம் செலுத்த முடியாமல் அவதிப்படும் காட்சிகளை நினைத்து வருத்தப்பட்டாள். முறையான ஆசிரியர்கள் இங்கே நியமிக்கப்படவில்லை. இந்தக் கல்லூரியைப் பற்றிப் பத்திரிகைகளிலும், தொலைக்காட்சிகளிலும் வந்த விளம்பரங்கள் அனைத்தும் பொய்யானவை. இப்படியாக சில மாணவர்கள் பேசுவதைக் கேட்டுணர்ந்து வாடினாள்.

நான்கு மாதம் கழித்துக் கல்லூரிக்குச் செலுத்த வேண்டியிருந்த மீதமுள்ள தொகையைக் கட்ட வலியுறுத்திக் கடிதமொன்று கோகிலாவின் வீட்டுக்கு வந்தது. செய்வதறியாது தவித்த கலையரசி... எதிர்வீட்டு லதாவிடம் "காலேஜ்க்கு ஃபீசு கட்டணும். பணம் இல்ல. உங்கிட்ட இருக்கிற நகைய குடு. அடகு வச்சி அவளுக்கு ஃபீசு கட்டிடுறேன். இரண்டு மாசத்துக்குள்ள மீட்டுக் கொடுத்துறேன்" என்றாள். சற்று யோசித்தாள் லதா... "சரிக்கா..." என்று தன் செயினைத் தருவதாக ஒப்புக்கொண்டாள். "என் புருஷனுக்குத் தெரியாம கொடுக்றேன். அந்த ஆளுக்குத் தெரிஞ்சா... அவ்வளவு தான். நான் நாயா பேயா அலஞ்சி கஷ்டப்பட்டு சம்பாரிக்கிறேன். நீங்க தானம் பண்ணுறிங்களோ... தானம்...ன்னு வைய்ய ஆரம்பிச்சிடும்" என்று சொல்லிக் கொண்டே லதா நாங்கு பவுன் செயினை கலையரசியிடம் கொடுத்தாள்.

நாட்கள் வேகமாக நகர்ந்தன. அடிக்கடி கோகிலா காலேஜ்க்கு லீவு போட்டு வீட்டிலேயே இருந்தாள். "காலேஜ்க்குப் போகவே வெறுப்பா இருக்கு. பேசாம திருப்பூர் பனியன் கம்பெனிக்கே வேலைக்குப் போயிடலாம் மாதிரி இருக்கு" என்று நெருங்கிய தோழிகளிடம் கோகிலா சொல்லிக் கொண்டிருந்தாள்.

ஆத்துல தண்ணி இல்லாம விவசாயம் பண்ணுறது ரொம்ப கஷ்டமா இருக்கு. கொஞ்சமாவது மழை பெஞ்சா தான் மண்ணு ஈரம் புடிக்கும். காஞ்சி கெடக்குற நெலத்துக்கு தண்ணி பாச்ச... இந்த மாசம் வரவிருந்த சீட்டுப் பணமும் இன்னும் வந்து சேரல. வாழ்வை சிக்கலாக உணர்ந்தாள் கலையரசி.

நகையை மீட்டுத் தர வேண்டிய நாட்கள் முடிந்தன. கலையரசிக்கு மேலும் மேலும் பணச்சுமை அதிகமாகிக்கொண்டிருந்தது. "கொஞ்சம் பொறுத்துக்க லதா... இந்த மாசத்துக்குள்ளேயே... செயினை மீட்டுக்

கொடுத்துறேன். என்ன நம்பு". கலையரசியின் குடும்ப நிலையைப் புரிந்து கொள்ளாத லதாவோ ஜாடைமாடையாகத் திட்ட ஆரம்பித்தாள். "நான் கல்யாணம் காட்சிக்குப் போகணும்னா வெறும் கழுத்தோடவா... போக முடியும்? என் நகைய புடுங்கி அடகு வச்சிட்டாங்களே... சனி, ஞாயிறு வந்தா மீனு, கறின்னு எடுத்துத் திங்கிறாங்க; அதுக்கு மட்டும் காசு எங்கிருந்து வருதாம்."

லதாவின் வசவுகளைத் தாங்கிக் கொள்ள முடியாத கோகிலா. "யம்மா... உன்ன மாதிரி சூடு, சுரணை இல்லாம என்னால இங்க இருக்க முடியாது. அவ என்னென்ன வார்த்தை சொல்லி திட்டுறா... நான் சித்தி வீட்லேயிருந்து காலேஜ்க்குப் போறேன். நீ அவ நகைய மீட்டுக் கொடுத்த பெறகு சொல்லு, அதுக்கு அப்புறம் நம்ம வீட்டுலருந்து போறேன்".

கடந்த ரெண்டு மாதகாலமாக சித்தி வீட்டிலிருந்து காலேஜ் சென்று வந்த கோகிலா பத்து நாட்கள் விடுமுறைக்காக தன் வீட்டிற்கு வந்தாள். ஊரிலிருந்து வந்த கோகிலாவுக்குக் கெண்டை மீன் குழம்பு சமைத்து வைத்துவிட்டு "நானும் உன் அப்பனும் போய் கறவ மாட்ட வித்திட்டு வந்திடுறோம். நீ வீட்டுலயிரு..." என்று சொல்லிவிட்டுப் போனாள் கலையரசி.

திண்ணையில் உட்கார்ந்து பாடம் படித்துக் கொண்டிருந்த கோகிலாவைக் கெட்ட வார்த்தைகளால் திட்டிக் கொண்டிருந்தாள் லதா.

"அக்கா... உன் செயினை மீட்டு தர தாங்க்கா கறவ மாட்ட விக்க போயிருக்காங்க" என்றாள் கோகிலா.

"எத்தனை மாசமா மீட்டுறிங்க... டி. நீ படிச்சு என்ன கலெக்ட்ரா... ஆக போற. சொன்ன வாக்க மீறக் கூடாதுடி. வெட்கமா இல்ல உங்களுக்கு... இந்தப் பொழப்புக்குத் தூக்கு மாட்டி சாகுங்கடி." அடக்கி வச்சியிருந்த வார்த்தையை கக்கினாள் லதா.

கண்ணீரால் தன் முகத்தை நனைத்த கோகிலா... வீட்டுக்குள்ளே வந்து கதவை படாரென சாத்தினாள். அந்த வறுமை, அந்தக் கொந்தளிப்பு, அந்த அவமானம், அந்தக் கல்விச் சுமை அவளை என்ன செய்யத் தூண்டும் உங்களுக்குத் தெரியாதா... என்ன? அதை தான் அவளும் செய்தாள்.

கோகிலா தூக்குப் போட்டுத் தொங்கிய இடத்தில் அவள் கைப்பட எழுதிய கடிதம்.... இதோ :

"அம்மாவுக்கு,

உன் கூட நான் அதிகமா பேசணும். ஆனா முடியல... பணக்காரனுக்கும் ஒரு நாள் பணக்கஷ்டம் வரும். எப்படியாவது லதாவின் செயினை மீட்டுக் கொடு. என்னால... உனக்கு எத்தனை துன்பம். நான் இப்போ எடுத்த முடிவ முன்னாடியே எடுத்திருந்தா நீ கடன்காரியா இருந்திருக்க மாட்ட... அப்பாவ டெய்லி வேலைக்குப் போகச் சொல்லு. நமக்கு சொந்தக்காரங்க உதவினாலும் நீ மட்டும் தாம்மா உன் பிரச்சனையைத் தீக்க முடியும். எனக்கு ஒரே ஒரு ஆசை இருந்தது. என் சம்பளத்துல உனக்கு ஏதாவது உதவி பண்ணனும்னு நெனச்சேன். அது முடியாமலே போயிடிச்சே... சத்தியம்மா என் சாவுக்கு எந்தக் காரணமும் இல்ல. மேலும், மேலும் உனக்கு நான் சுமையா... இருக்க விரும்பல. நான் செஞ்ச ஒரே தப்பு உன்னையும், அப்பாவையும் கடன்காரங்களா ஆக்கிட்டேங்கிறது தான். இதை நெனச்சி, நெனச்சி அழுவுறேன். நைட்டானா தூக்கம் வரமாட்டேங்குது. எல்லாத்தையும் மறந்திட்டுப் படிக்கலாம்னா... லதா அக்கா திட்டுன வார்த்தை மண்டைய பிச்சி எடுக்கும். எனக்கு வேற வழி தெரியல... அகல்யாவ... கடன் வாங்காம படிக்க வையுங்க. உங்கள விட்டுப் போறேன் பரலோகம்.

○

14.
இப்படியும் ஒருவன்

எத்தனை நாட்கள் இப்படி வெட்டியாக ஊரை வலம் வருவது? முதல்ல ராஜனோட நட்பைத் துண்டிக்கணும். தெனமும் சாயங்காலம் ஐந்து மணிக்கெல்லாம் டான்னு போன் பண்ணிடுறான். எதையாவது விவாதமாக்கித் தன்னைப் பெரிய மகாவித்வானாகப் பறைசாற்றிக் கொள்கிறானே.... இவனை என்ன செய்யறதுன்னே தெரியல! அதுவும் அரசியல் விஷயங்களுக்கு இவன் வைக்கிற விமர்சனத்தை யாராலயும் யோசிக்க முடியாத அளவு இருக்குது. குதர்க்கமான சிந்தனையை எங்கள் முன் தூவி விட்டு ராஜன் வெகு இயல்பாக இருப்பான். அவன் கருத்தைக் கேட்ட நாங்கள் புத்தி பேதலித்துத் திரிவோம். இதற்கிடையில் குமரேசன் வேறு குறுக்கிட்டு அவன் சொல்றதுக்கெல்லாம் "ஆமாம் சாமி" போட்டு ராஜன் பேச்சை முடிக்க... இரவு பத்து மணிக்குக் கொண்டு போய் விடுவான். நான் எந்தக் கருத்தையும் சொல்வதில்லை. நான் ஏதாவது சொல்லப்போக.... அதை வைத்துக்கொண்டு இன்னும் இரண்டு மணி நேரம் கூடுதல் உரை நிகழ்த்தி விடுவானோ...! என்கிற ஐயமே எனக்கு மேலோங்கியிருந்தது .

ராஜனின் அக்காவுக்குப் போன மாதம் திருமணம் நடந்தது. இவன் குடும்பத்தில் யாரையும் காப்பாற்ற வேண்டிய கட்டாயத்தில் இல்லை. அந்தத் திருமணத்தில் இவன் அடித்த கூத்தை அய்யய்யோ... என்னால தாங்கவே முடியல. அரசியல் மோகத்தில் அலைகிற, ரெண்டு மூணு புக்ஸ் படிச்சிட்டு உலகம் இதுதான்னு முடிவு செய்றவங்களக் கூப்பிட்டு மணமேடையை அரசியல் மேடையா மாத்திட்டான். இவன் அக்கா தாலி ஏற்பதற்கு முன்பு வரை ராஜன முறைச்சிக்கிட்டேயிருந்தாங்க...

ராஜனோட அக்கா மதுமிதா பிளஸ்டூ கெமிஸ்ட்ரியில பெயிலா போய்ட்டாங்க. பக்கத்துல இருந்த டுட்டோரியல சேர்ந்து படிச்சாங்க. அதே டுட்டோரியல்ல மாதவன் படிச்சாரு. பேரு தான் மாதவனே

தவிர நடிகர் மாதவனுக்கும் இவருக்கும் எந்த சம்பந்தமும் இல்லை. மாதவன... மதுமிதா அக்கா ஒரு தலையா காதலிச்சாங்க. மஞ்சகாமாலை வந்ததால மாதவன் திரும்பவும் பெயிலா போயிட்டான்னு பொய் சொல்லித் தன் காதலனை எங்களின் பரிகாசத்திலிருந்து காப்பாத்தினாங்க. 'தபூ சங்கர்' எழுதிய காதல் கவிதை புத்தகங்களை ஒண்ணுவிடாம வாங்கி வச்சிருந்தாங்களாம். இளையராஜாவோட காதல் பாட்டுங்கள கேட்டுகிட்டே இருப்பங்களாம்... அது என்ன... மாயமந்திரமோ, யார் கண்ணுபட்டதோ....! மாதவனுடன் மதுமிதா அக்கா சேரவே முடியல. இதெல்லாம் எனக்கு எப்படித் தெரியும்னா... ராஜன் சொல்லியே! தன்னுடைய குடும்ப நிலவரத்தைப் பிறரிடம் சொல்ல தயங்கமாட்டான். நடந்ததையெல்லாம் கூறி அதைப் பொதுச் செய்தியாக்கி எங்களை ஆச்சரியப்படவும் வைப்பான்.

ராஜன் தனியாளாக இருக்கமாட்டான். குறைந்தபட்சம் மூன்று பேர் அவனுடனிருப்பார்கள். வழக்கமான நண்பர்களை விடவும் புதிய, புதிய நண்பர்கள் இருப்பதைக் கண்டிருக்கிறேன். ஏதோ ஒரு சூத்திரம் ராஜனிடம் இருந்தது. எல்லோரையும் நட்பாக்கித் தன் பக்கம் வைத்திருப்பது அவ்வளவு எளிதான காரியம் அல்ல. பலரைக் குடைசாய்த்து நட்பாக்கிக் கொள்வதினால் ஒரு பிரயோஜனமும் இல்லை என்ற போதிலும் அதில் அவன் சுகம் கண்டுவிட்டான். அவன் நட்பு வட்டத்தில் பாகுபாட்டைக் கடைப்பிடிப்பதில்லை. பிச்சைக்காரன் முதல் 'பென்ஸ் கார்' வைத்திருக்கிறவன் வரை எல்லாரும் நண்பர்கள் தான்.

காலாகாலத்துல கல்யாணத்தை செஞ்சி வச்சா இவனுக்குப் பொறுப்பு வந்துடும்னு... ராஜனின் அம்மா முடிவு செய்ததில் எந்தத் தவறும் இல்லை. "நம்ம கொள்கைகளுக்கும் புரட்சிக்கும் திருமணம் ஒத்து வராது. நல்லாவே தெரியும். என்ன செய்யுறது... எங்க அம்மா தொல்ல தாங்க முடியலையே " என்று ராஜன் புலம்பிக் கொண்டிருந்தான்.

பெண் பார்க்கப் போறப்ப என்னையும் அழைத்துப் போனான். மார்க்சிம் கார்க்கி எழுதிய 'தாய்' நாவலை எடுத்துப் படித்தான். "இது உனக்கே ஓவரா இல்லயா... பொண்ணு பார்க்க வந்தியா... இல்ல... புஸ்தகக் கடைக்கு வந்தியா? அந்த பொண்ணு (கமலா) ஜன்னல் கம்பியப் புடிச்சுகிட்டு ஒளிஞ்சி, ஒளிஞ்சி உன்னையே பாக்குது". நான் சொன்னதை அவன் காது கொடுத்துக் கேட்கவேயில்லை. தாம்பூலத்திலிருந்த வெத்தலையில் ஒரு காம்பு கிள்ளி எடுத்துக்

கடைசியா படித்த புத்தகப் பக்கத்திற்கு இடையில் வைத்தான். கீழே குனிந்து விரலால் வட்டம் போட்டான். அங்கே... அந்தப் பெண் காலால... வட்டம் போடும்னு நான் நெனச்சி சிரிச்சேன்.

ஒரு வழியா... ராஜனுக்கு கமலா தான் மனைவியென்று முடிவாகிவிட்டது. அந்தப் பொண்ணு முகத்தைக் கூட இவன் ஒழுங்கா கவனிக்கல. கல்யாணத்தப்ப கமலா சந்தோஷமான முகத்தோடு காணப்பட்டாள். இவன் முதல் நாள் இராணுவத்தில சேர்ந்தவன் மாதிரி முகத்த வெறப்பா வச்சுக்கிட்டு இருந்தான்.

நண்பர்களிடம் வெகு இயல்பாகப் பேசுகின்ற ராஜன் மனைவியிடத்தில் எதிரிகளிடம் பேசும் அளவிற்குக் கூட ஏன் பேசவில்லை என்பது என் கேள்வி. குடும்ப வாழ்க்கை முக்கியமானது. நீ கொஞ்சம் மாற வேண்டியிருக்கு... இப்படி அவனிடம் விளக்கி சொல்ல ஆசை. சொன்னாலும் ஏடாகூடமா பதில் சொல்லுவான்.

"மூன்று வருடமாகியும் கமலா வயித்துல ஒரு புழு, பூச்சி உண்டாகவில்லையே..." ராஜன் அம்மாவின் கவலை.

அவனுக்கென்ன கவலை! அதே மாதிரி நண்பர்கள் புடைசூழ அரசியல் பேச்சே...

கமலாவை ராஜன் சினிமா, பீச், பார்க் எங்கேயும் அழைத்துப் போனதில்லை. "வெளியில போயிட்டு வர்றீங்களே ஒரு முழம் பூ வாங்கிட்டு வர வேண்டியது தானே" என்று கமலாவும் கேட்டதில்லை. இப்படியான வாழ்க்கையில் "யாருடா இவன் புதுசா இருக்கானே?" என்று ராஜனை இந்த உலகம் கொண்டாடப்போவதுமில்லை.

○

15.

சொத்து

காவல் நிலையங்கள், நீதிமன்றங்கள் இருந்தும் குற்றங்கள் குறைந்தா இருக்கிறது. இல்லவே இல்லையே...! சட்டயப் புடிச்சு சண்ட போட்டு கோர்ட்டு வாசல்ல நிக்கிறவங்ககிட்ட போய் என்ன 'கேஸ்'ன்னு விசாரிச்சா... உப்பு சப்பு இல்லாத இந்த விஷயத்துக்கா பணத்தை விரயம் பண்ணி இவ்வளவு மெனக்கெட்டு அலையுறாங்கன்னு தோணும்.

பூபதிக்குப் படிச்சு முடிச்ச கொஞ்ச காலத்திலேயே அரசு உத்தியோகம் வாய்த்தது. உத்தியோகத்தை வைத்து அவர் சௌகரியமாக வாழ முடியவேயில்லை. வாழ விடுவார்களா என்ன சுற்றியும் உறவுகள்? காதுகுத்து, மஞ்சள் நீராட்டு விழா, வளையக்காப்பு, நிச்சயதார்த்தம், கிரகப்பிரவேசம் எல்லாத்துக்கும் இவரிடம் கருத்துக் கேட்டு நடத்துவார்கள். கருத்து கேட்பது என்பதற்குள் "பணம்" என்கிற உள் அர்த்தம் மறைந்து இருப்பதைப் புரிந்து கொள்ள வேண்டும். பூபதிக்கோ... வஞ்சகம் இல்லாத உள்ளம். ஓரளவு விசாரணை நடத்தி அவர்களின் வழிக்கே வந்து கேட்ட பணத்தை விடக் கூடுதலாகவே கொடுத்து விடுவார். யாராவது கையில் குழந்தையோடு வந்தால் சின்னதாய் மோவாயைத் தொட்டுக் கொஞ்சம் உரையாடலை நீட்டி மௌன சிரிப்பு சிரிப்பார்.

தம்பி வேலுவுக்குத் துணிமணி, பவுடர் டப்பா, பேஸ்ட்டு, பிரஸ்,புத்தகங்கள், வாளி தன்னால் முடிந்தவற்றை வாங்கிக் கொடுத்து ஹாஸ்டலில் சேர்த்துப் படிக்க வைத்தார் பூபதி. வேலுவோ படிப்பில் மந்தம் ஆனால் தொழில்காரன். பெட்டிக்கட போட்டாவது இந்த ஊர்ல பொழச்சிடுவான் என்கிற நம்பிக்கை அவன் முகத்தைப் பார்த்த மாத்திரம் ஏற்பட்டுவிடும்.

அரசாங்க வேலை என்றால் சீக்கிரம் பெண் கிடைத்துவிடும். ஓர் ஆதாரம். அந்த சம்பளம் வாழ்வுக்கும் சாவுக்குமே சரியாக இருக்கும். பொழுது போகும், வீட்டில் உள்ளவர்களைக் கடிந்து கொள்ளலாம், பியூன், வாட்ச்மேனை ஏக வசனத்திற்குத் திட்டி தீர்க்கலாம், லோன் போட்டு வீடு கட்டலாம், மேல் அதிகாரி மேல வழக்குப் போடலாம், மெடிக்கல் லீவு போட்டுக் குடும்பத்தோடு குற்றாலம் போகலாம். பூபதி வாங்குகிற சம்பளத்திற்கு அடுத்தடுத்து விசேஷங்கள் எதிர்கொண்டு இருக்கும். சம்பிரதாயங்களை ஒதுக்கித் தள்ளினாலும் அதனை முற்றிலுமாகத் தடை செய்வது பூபதியின் குணமல்ல.

பட்டப்படிப்பு இறுதியாண்டில் மூன்று பாடங்களில் தோல்வியுற்ற வேலு மிகுந்த வருத்தத்தோடு திக்கித் திணறினான். வருகிற அக்டோபரில் மீண்டும் தேர்வு எழுதித் தேர்ச்சி பெற்று விடலாம் என்கிற நம்பிக்கையில் சுழன்றான்.

கோடைக்காலம் வந்தது. எல்லோர் வீட்டிற்குள்ளும் சூரியன் சென்று நெருப்புக் கைகளால் நலம் விசாரித்தது. எங்கும் வறட்சி! 'எங்காவது போய்ட்டு வீட்டுக்கு வந்தா... ஏதோ உடம்புல ஒரு உறுப்பு காணாமல் போனது போல ஒரு பிரமையை ஏற்படுத்திக் கொடுத்தது வெயில்'. தண்ணியோட ருசிய கோடையில உணர முடியுது. மத்த காலத்துல தண்ணிய கடமைக்குக் குடிக்கிறோம்.

"திருவிழாவுக்கு நல்லதங்கா, அரிச்சந்திரன் நாடகம் போடுங்கய்யா..." சொன்னது ஒரு கெழம். "சும்மா இருங்கய்யா... நான் ஒரு கதை எழுதி நாடகம் போடுறேன். நடிக்க விருப்பம் இருக்கிறவங்க காத்தால எட்டு மணிக்கு புதுக் கட்டிடத்துக்கு வந்துடுங்க." இதன்படி கதை, வசனம், இயக்கம் செய்யப் போவதாக வேலு ஒப்புக்கொண்டான்.

காலை எழுந்தவுடன் ஆற்றங்கரைக் குளியல், பழைய சாதம், துவரம் பருப்புத் துவையல், கொஞ்சி விளையாட அத்தப் பொண்ணு இப்படி ஜாலியாக திரிஞ்சான் வேலு. வேறு என்ன செய்ய முடியும். பெயிலான சோகத்த நெஞ்சுல சுமந்து அலஞ்சா உடம்பு தாங்குமா? சைக்கிள் சீட்டுல உக்காந்த உடனே 'தன்னான நானநன்னே, நானான தானநன்னே' இப்படி ஏதாவது மெட்டுப் பாடி அவனா ஏதாவது வார்த்தையப் போடுவான். குறிப்பா சைக்கில போறப்ப அவன அறியாமலே இந்த மெட்டுக்கள் வந்து விழுந்திடும்.

குடும்ப நிகழ்வுகளைப் பூபதி... நாகப்பன் அண்ணனிடம் கலந்து ஆலோசித்து முடிவெடுப்பார். "மூணு முறை எக்ஸாம் எழுதி பெயிலா

போய்ட்டான். இவன் எங்க உக்காந்து படிச்சான். அதோ... அத்தை ஒண்ணு பெத்துப் போட்டிருக்கே... அது பின்னாடியே சுத்திகிட்டு இருந்தான். இதுல... கோயில் திருவிழாவில நடக்குற... நாடகத்துக்கு இவரு வசனம் எழுதி டைரக்சன் பண்றாராம். இவன் படித்த இலட்சணம் போதும். லோன் போட்டுப் பணம் வாங்கிக் கொடுக்குறேன். பஸ்டாண்டுக்குள்ள... ஒரு பெட்டிக்கடை வாடைக்கு வருது. அத வச்சு பொழைச்சிக்க சொல்லுங்க... அங்க உக்காந்து வியாபாரத்துல கண்ணும் கருத்துமா இருக்கணும். அத விட்டுட்டு திருச்சி ரேடியோ ஸ்டேஷனுக்கு நேயர்கள் விருப்பம் நிகழ்சிக்கு லெட்டர் எழுதிட்டு இருக்கப் போறான். நீங்கதான் அவன கவனிச்சிக்கணும். மத்தவங்க மதிக்கிறதுக்காக இல்லாட்டியும் நம்ம வயித்துக்காவது நாம ஏதாவது வேலை செஞ்சுதானே ஆகணும். சொல்லுங்க அண்ணே...”

“அது இல்ல தம்பி... கடன் வாங்கி மாட்டிக்கிட்டானாம். கடன அடைக்க அவன் கிட்ட பணம் இல்லையாம்... அதனால நிலத்த பிரிக்கச் சொல்லிக் கேட்கிறான்.”

“மூத்தவனா நான் இருக்கேன்.என்ன கேட்காமலேயே சில நிலத்த... அடகு வச்சி தின்னுட்டான். நிலத்தைப் பாகம் போட்டுப் பிரிச்சு கொடுத்தா... கூட இவன் கடன அடைக்க முடியாது. அவ்வளவு கடன் வாங்கி வச்சிருக்கானாம்! கேள்விப்பட்டேன். அப்புறம் ஏன் இந்த மண்ணாங்கட்டி பிரிச்சு குடுன்னு கேட்கிறான்? ஒத்துமையாதானே இருந்தோம். என் புள்ளைங்க படிப்புச் செலவுக்குக்கூட அவ்வளவு பணம் கொடுத்துப் படிக்க வச்சதில்லை. இவன் கேட்டப்பவெல்லாம் எடுத்து, எடுத்துக் கொடுத்தேன். இவனுக்கு என்ன கொற வச்சேன்? இப்படிப் பித்து புடிச்சி அலைகிறானே உங்களுக்குத் தெரியாது அண்ணே.... வேலு... கோர்ட்டுக்கு போய் வக்கீல் குணசேகரன பாத்துட்டு வந்திருக்கான். கஷ்டம்னா எங்கிட்ட வந்து இந்த மாதிரி ஒரு பிரச்சனையில மாட்டிக்கிட்டேன் கொஞ்சம் ஏதாவது உதவி செய்யுங்கன்னு கேட்க வேண்டியது தானே... இவன் எதுக்கு எல்லார்கிட்டேயும் சொல்லிக்கிட்டு இருக்கான். அவனுங்க ஒண்ணுக்கு பத்தா... தான் என்கிட்ட வந்து சொல்லுவானுங்க... அவன் நேர்ல வந்தும் கேட்க மாட்டாண்ணே... உண்மையாகவே நெலத்த பிரிச்சி குடுங்குற... வார்த்தை அவன் நெஞ்சிலருந்து வர்றது இல்லண்ணே... இவன் கூடயிருக்கிறவனுங்க சரியில்ல... அவனுங்க தான் நெலத்த பிரிச்சி இப்பவே வாங்கிக்கோன்னு தூண்டி விடுகிறானுங்க...”

பூபதிக்கு தொலைபேசி வந்தது.

"அண்ணா.... நான் ராசா பேசுறேன்."

"சொல்லுப்பா..."

"எங்க இருக்கீங்க?"

"வீட்ல..."

"ஆர். ஆர் ஆஸ்பத்திரிக்கு உடனே கிளம்பி வாங்க..."

"ஏன்டா?"

"வாங்க சொல்றேன்."

"எலே... என்னன்னு சொல்லு. எனக்கு மாரடைப்புலாம் வராது."

"வக்கீல் குணசேகரனைப் பார்க்கப் போயிட்டு வந்துட்டு இருக்கிறப்ப... குப்ப லாரிக்காரன் வேலு வண்டிய இடிச்சிட்டான். கையில அடிபட்டு கீழே விழுந்துட்டாரு... உயிருக்கு ஒண்ணும் ஆபத்து இல்ல."

"சரி... நீ கூடவே இரு. இதோ வந்திடுறேன்." என்றார் பூபதி.

பூபதியும், நாகப்பனும் வேகமாகக் கிளம்பிப் போனார்கள்.

கையில் எலும்பு முறிந்து விட்டது. கட்டுப் போட வேண்டும், குணமாக நான்கு மாதங்களாகும் என்று டாக்டர்கள் தெரிவித்தார்கள்.

இதைவிட நவீன மருத்துவமனை இங்கே இருக்கிறதா... அங்கே சேர்த்தால் விரைவில் குணமாகி விடுவானா 'தம்பி வேலு' என்று தனக்கு தெரிந்த மருத்துவரிடம் ஆலோசனை நடத்திக் கொண்டிருந்தார் பூபதி.

○

16.
வேடிக்கை

என்னெல்லாம் எந்த பொண்ணு லவ் பண்ணப் போகுது... அழகு தான் முதலில், அடுத்தது அறிவு. எனக்கு ரெண்டும் இல்ல.

"உன்ன நீயே ஏன்டா தாழ்வா நெனைக்கிற?"

"அது இல்ல மாப்புள... நம்ம கூடப் படிச்சவனுங்கள்ல ஏழு பேருக்கும் மேல லவ் மேரேஜ். மீதி இருக்கிறவனுங்களுக்கு கேள் ஃபிரண்ட்ஸ் இருக்கு. நம்ம ரெண்டு பேருக்கு மட்டும் தான் லவ்வரும் இல்ல. கேள் ஃபிரண்டும் இல்ல. என்ன வுடு உனக்கு என்ன கொறச்சல்! ஆக்டர் மாதிரி இருக்க. உனக்கு எப்படிடா பொண்ணு கிடைக்கல? நீ யாரையுமே லவ் பண்ணலையா? உனக்கு யாருகிட்டே இருந்தும் ஃபுரப்போசல் வரலையா...?

"ரெண்டு ஃபுரப்போசல் வந்தது. எனக்கு என்னமோ... இந்த லவ்ல நம்பிக்கையில்ல. டைம் வேஸ்ட்."

"எனக்கு உன்ன நெனச்சா பெருமையா இருக்கு. பசங்கள பத்தி பொண்ணுங்ககிட்ட தப்பா ஒரு அபிப்பிராயம் இருக்குது. உன்னை மாதிரி சில பேர் பொண்ணு வாடையே இல்லாதவனும் இருக்காங்கண்ணு அவுங்ககிட்ட சொல்ல தோணுது..."

"அப்பா, அம்மா எப்படி இருக்காங்க?"

"அப்பாவுக்குக் கொஞ்சம் உடம்பு முடியல. நேத்து டாக்டர்கிட்ட அழச்சிட்டுப் போயிட்டு வந்ததுக்கு மூவாயிரம் ரூபா காலி...."

"ச்சி... இப்படிப் பேசாத. உன்ன வளத்து ஆளாக்குனவருக்கு ஹாஸ்பெட்டல்ல ஆகுற செலவ கணக்கு பாக்காத..."

"இல்லடா... சொன்னேன்..."

"என்னத்த சொன்ன...."

மோகன் போட்டோ அண்ட் வீடியோகிராபராக இருக்கிறான். எத்தனையோ நிகழ்ச்சிகளுக்கு போட்டோ, வீடியோ ஆர்டர் எடுத்து வெற்றிகரமாக முடித்துக் கொடுத்திருக்கிறான். பல கல்யாணத்துக்கு போட்டோ எடுக்குற வாய்ப்பு கெடைச்சாலும் தனக்குக் கல்யாணம் செஞ்சிக்க பொண்ணு கிடைக்கலையே என்பது ஒரு பக்கம் குறையாக அவனுக்குள் இருந்தது. கல்யாண நேரத்தில சில ஆர்வக் கோளாறு மாப்பிள்ளைகள் தாலிய கட்டுங்கோ... என்று அய்யர் சொன்னவுடன் லபக்னு முடிச்சிப் போட்டுறானுங்க... "யோவ்... கட்டுன்னு... சொன்ன... உடனே கட்டிடுவியா? போட்டோ எடுக்க வேணாம், லென்ஸ் மாத்த வேணாம். திரும்ப கட்டு..."

"அதெப்படி கட்ட முடியும்?"

"அப்ப... தாலிய கட்டுறா மாதிரி போஸ் குடு. இந்த போட்டோ ரொம்ப முக்கியம். உன் கல்யாணத்துக்கு இது ஃப்ரூப். உனக்கெல்லாம் உண்மையா கல்யாணம் நடந்ததா? அப்படின்னு திடீருன்னு ஒரு நாள் டவுட் வரும். அந்த நேரத்துல ... இந்த போட்டோவ பாத்தா தான் உனக்குக் கல்யாணம் ஆயிடுச்சின்னு நீயே நம்புவ. புரியுதா..." இப்படி விரக்தியில் மோகன் கத்தியதுண்டு.

சில கல்யாண போட்டோ, வீடியோ ஆடர்களுக்கு ஒரு நாள் முன்னதாகவே மோகன் சென்றுவிடுவான். மண்டபத்தில் தங்கும் பெண்களில் யாரேனும் ஒருவராவது தன்னைப் பார்க்கமாட்டார்களா என்று ஏக்கமுறுவான். தன் மெலிந்த உருவம் எந்த சபலத்தையும் பெண்களிடம் ஏற்படுத்தாது என்று முடிவாக்கிக் கொண்டான். மாநகரில் டூவீலரில் காதல் ஜோடிகள் கட்டிப்பிடித்துப் போவதைக் கண்டு சஞ்சலம் அடைந்தாலும், அதற்கான வாய்ப்பைக் கடவுள் ஒரு போதும் தனக்குத் தரப்போவதில்லை என்று தீர்க்கமாக முடிவெடுத்திருந்தான்.

சைதாப்பேட்டையில் ஒரு காதணி விழாவிற்கு போட்டோ எடுக்க மோகனுக்கு அழைப்பு வந்தது. ஸ்கூட்டியில் கேமரா பேக், ஸ்டேண்டு எடுத்து வைத்துப் புறப்பட்டான். அந்த நிகழ்ச்சிக்கான அத்தனை புகைப்படங்களையும் கச்சிதமாக எடுத்து முடித்தான். ஆர்டருக்குப் பணம் தர வேண்டியவனைத் தேடிப் பிடித்துப் பேரம் பேசிக்கொண்டிருந்தான். "நூற, அம்பத சேத்துக் குடுக்க... அலுத்துகிறான் பரதேசி. இந்த டைப் உள்ள ஆளு நமக்கு மாமனாரா வந்தா நம்ம கதி அதோகதி தான்..." முணுமுணுத்தான் மோகன்

மோகனை சாப்பிடச் சொல்லி வற்புறுத்தினார்கள்.

"எனக்கு நெறையா கமிட்மென்ட் இருக்கு. அடுத்த ஆடருக்குப் போகணும்"

"அட! வாங்க.... காத்தால வந்தீங்க... ஒரு வாய் சாப்பிட்டுப் போறதுல என்ன வரப்போகுது. வாங்க...."

சாப்பிடப் போனான்.

கேசரி, இரண்டு இட்லி, ஒரு கரண்டி பொங்கல், தேங்காய் சட்னி, ஒரு ஜாங்கிரி, பாயாசம், ஒரு மசால் வடை, இரண்டு பூரி இப்படி வரிசையாக வைக்க, எதிலே தொடங்க.... எதிலே முடிக்க... அவனுக்குள் கேள்வி எழுந்தது.

எதிரே சாப்பிட்டுக் கொண்டிருந்த கல்பனா மோகனைப் பார்த்தாள். கேசரியைப் பிட்டு வாயில் வைத்த போது எதேச்சையாக இவன் அவளைப் பார்த்தான். அவளும் பார்த்தாள். இட்லி சாப்பிடும் போது திரும்பவும் பார்த்தான். கல்பனா பூரியை உடைத்து பூரிக்கிழங்கில் தொட்டுக் கொண்டு இவனைப் பார்த்தாள். சுற்றி நடக்கும் பேச்சுகள், ஆர்க்கெஸ்ட்ரா பாடல்கள் ஒரு நிமிடம் மோகனுக்கு மியூட்டில் இருந்தன.

"கல்பனா... கல்பனா... கார் புக் பண்ணனும் சீக்கிரம் சாப்பிடு..."

அப்போது அவள் பெயரைத் தெரிந்து கொண்டான். இவனைப் பார்த்துக் கொண்டே இலையை மூடினாள். ருசியான பதார்த்தங்களை விட்டு விலக மனமில்லாமல் இவனும் கை கழுவ ஓடினான்.

"உங்க பேரு கல்பனா வா?"

"ஆமாம்..."

"உங்க பேரு..."

"மோகன்."

"நீங்க எந்த ஏரியா?"

"சி.ஐ.டி நகர்."

"ஓ ... இங்க தானா..."

"நான் சூளைமேடு. உங்ககிட்ட கொஞ்சம் பேசணும்..."

"சொல்லுங்க..."

"உங்க நம்பர் கெடைக்குமா...?

"எதுக்கு..."

"போன்ல சொல்றேன்."

"நம்பர் தர முடியாது. வீட்டுல திட்டுவாங்க..."

"நீங்க ரொம்ப அழகா சிரிக்கிறீங்க..."

"நானா..."

"ஆமாம்."

"சரி... சரி... டைம் ஆயிடிச்சி நான் போறேன். ஏதோ... சொல்லணும்ன்னு சொன்னிங்களே... அத ... சொல்லுங்க..."

"இப்ப சொல்ல முடியல... நம்பர் குடுங்க..."

"நோ.... நோ... நான் டெய்லரிங் கிளாஸ் போயிட்டு இருக்கேன். சி.ஐ.டி. நகர் நாலாவது தெருவுல இருக்கு. சென்டர் நேம் 'மேக்னா.' அங்க... நாளைக்கு காலையில... ஒன்பது மணிக்கு வாங்க. மீட் பண்ணலாம்."

"கண்டிப்பாங்க..."

"நாளைக்காவது சொல்ல வேண்டியத ஒழுங்கா சொல்லிடுங்க..."

இரவு தூக்கம் வராமல் தவித்திருந்த மோகன் அவன் எதிர்பார்த்தது போல் அல்லாமல் எதிர்பாராமல் வந்திருந்த பெண் கல்பனா. இவளை விட என்ன? இது போதும். நமக்கு ஒரு காதலி. மை லவ்வர். சொல்லவே நல்லா இருக்கு. இரவு இவ்வளவு இன்பமானதா...? தனிமை இவ்வளவு அழகானதா! கண்முன்னே காட்சிகள் ஒளிபரப்பாமல் மனதுக்குள் ஓடும் காட்சிகள் உன்னதமானவையே.

காலை சரியாக எட்டு முப்பத்தைந்து மணிக்கு 'மேக்னா டெய்லரிங் சென்டர்' அருகே தனியாக நின்றிருந்தான் மோகன். கண்டிப்பாக வருவாள். நம்பிக்கையான பேச்சே அந்தப் பேச்சு! என்னிடம் பழகுவாள். அன்பைப் பகிர்வாள். அகம் நுழைவாள். அதோ... அவள் வருகிறாள். அவளே... அவளே தான். நெருங்க... நெருங்க அவள் உருவம் துல்லியமானது. அதே... சிரிப்பு. 'தேங்க்யூ ஃகாட்.'

"சொல்லுங்க..."

"சாப்டிங்களா?"

"சாப்டேன்."

"நீங்க?"

"சாப்டேனே..."

"நீங்க ரொம்ப அழகா இருக்கிறீங்க..."

“தேங்க்யூ.”

“எனக்கு கேள் ஃபிரண்ட்ஸ் கிடையாது. சின்ன வயசிலிருந்தே யாரையாவது லவ் பண்ண ஆசைப்பட்டேன்.”

“சின்ன வயசுன்னா... மூனாவது படிக்கிறப்பயா...?”

“ச்சேச்சே! ப்ளஸ்டூ படிக்கிறப்ப...”

“சரிங்க... விஷயத்த சொல்லுங்க. ஒன்பதரை மணிக்கு கிளாஸ் போகணும்.”

“நான் உங்கள லவ் பண்றேன். ஐ லவ் யூ....”

“அய்யோ... அண்ணா எனக்கு உங்க மேல லவ் ஐடியாலாம் கிடையாது. எங்க டெய்லரிங் சென்டருக்கு டீ குடுக்க ஒரு பையன் வருவான். அவன் அச்சு அசல் உங்கள மாதிரியே இருப்பான். அதனால உங்கள உத்துப் பாத்துகிட்டு இருந்தேன். மத்தப்படி நீங்க நெனைக்கிறா மாதிரி ஒண்ணுமில்ல...”

“டீ... டீ... இஞ்சி டீ... இஞ்சி டீ...”

“அண்ணா... அண்ணா... அதோ... அந்தப் பையன் வர்றான்...”

மோகன் பார்த்தான். சுற்றி நடக்கும் ஒலி அலைகள் ஒன்றும் புரியாமல் ஒரு நிமிடம் மியூட்டில் இருந்தான்.

○

17.
தேடல்

இராமநாதனின் ஆர்வத்தை வியந்த சௌந்தரும், சகுந்தலாவும் இவ்வளவு திறமையுள்ள பையனைத் தன் மகனாகப் பெற்றமைக்கு மிகுந்த ஆனந்தம் அடைந்து கொண்டார்கள். எப்படி இவனுக்கு இசையின் மீது ஈர்ப்பு ஏற்பட்டிருக்கும் என்பதை நாள்தோறும் ஆராய்ச்சி செய்தவாறு இராமநாதனின் பெற்றோர்கள் இருந்தார்கள்.

"நம்ப பரம்பரையில... யாருமே இப்படி தாளம் போடுறதில்ல, பாட்டுப் பாடுறதில்ல... எங்கிருந்து கத்துக்கிட்டான்? இவன் இசை அறிவு மழை போலப் பொழிகிறதே! இப்ப தான் நாலாவது படிக்கிறான். இந்த இசை ஞானத்திற்குத் தமிழ் சினிமாவுல கொடிகட்டிப் பறக்கப் போறான் பாருங்களேன்...! கோடி... கோடியா... பணத்தை அள்ளப் போறான்." இவ்வாறாக சௌந்தர் தன் மகனைப் பற்றிக் கண்டவர்களிடமெல்லாம் விவரிப்பதுண்டு.

காலையில் எழும்போதே ஆ... உ... ல... ல... என்று பாட்டுப் பாடி நாளைய இசையமைப்பாளராகத் தமிழ் சினிமாவை ஒரு ஆட்டு... ஆட்டுவிக்கத் துடிக்கும் இராமநாதன் எழுவான். அவன் கையில் அகப்படும் டம்ளர், தட்டு, வெண்கல குண்டான், ஸ்பூன்... இவற்றை வைத்துத் தட்டி, தட்டித் தாளம் போடுவான். சகுந்தலா வாரத்திற்கொருமுறை இராமநாதனை வீட்டு வாசலில் நிற்க வைத்து திஷ்டி கழிப்பாள்.

'நீலமணி' ராகத்திலுள்ள 'என்ன கவி பாடினாலும் உந்தன் மனம் இரங்கவில்லை' என்ற பாடலை தினமும் பாடிக்கொண்டிருக்கும் அர்ச்சனாவிடம் "தன் மகன் இசையமைப்பாளராகத் திரைப்படத்துறையில் கோலோச்சும் நாளில்... உனக்காக அவனிடம் சிபாரிசு செய்து அவன் இசையில் நீ ஒரு பாடல் பாடும் வாய்ப்பை வாங்கித் தருவதாக சகுந்தலா சொன்னாள்.

தன்னைப் பார்க்க வரும் நண்பர்களிடம் சௌந்தர் இராமநாதனை அழைத்து 'கூடையில... கருவாடு... கூந்தலில... பூக்காடு' என்ற டி. ராஜேந்தர் படத்தின் பாடலைப் பாட சொல்வார். ரெண்டு தட்டு, ஒரு சில்வர் கரண்டியை வைத்துக்கொண்டு இராமநாதன் பாட தொடங்குவான். 'என் உயிர் ரோசா... எங்கடி போற... மாமன கண்டு... ஆடுது இங்கு... அம்மாளே.... அம்மாளே...' என்ற வார்த்தைகள் வருகின்ற இடத்தை அழுத்தம் திருத்தமாக உச்ச சுருதியில் பாடுவான்.

இசை ஆர்வமுள்ள இராமநாதனுக்குப் படிப்போ... சரியாகக் கைவரவில்லை. அதனைப் பெரும் துன்பமாக இராமநாதனின் பெற்றோர் எடுத்துக்கொள்ளவில்லை. அதுவும் கணக்குப் பாடம் இவன் மண்டையில் ஏறவே இல்லை.

விஜயதசமி அன்று கும்பகோணம் சுவாமிநாதனிடம் பாட்டுக் கற்றுக் கொள்ள... இராமநாதனை சௌந்தர் அழைத்துப் போனார். சுவாமிநாதன் படுபயங்கரமாய்ப் பட்டையும், கொட்டையுமாகக் காணப்பட்டார்.

"வாங்கோ.... வாங்கோ... உக்காருங்கோ... என்ன விசேஷம்? புள்ளையாண்டா யாரு...?

"என் பையன் தாங்க... உங்ககிட்ட பாட்டு கத்துக்க... சேத்துவிட.... வந்தேன்.

"ஓ... உங்க ஆத்து பையனா பேரு என்ன? எந்த கிளாஸ் படிக்கிறான்?"

"பேரு இராமநாதன். நாலாவது படிக்கிறான்."

"கரெக்ட்டான வயசுல என்கிட்டே கொண்டாந்திருக்கேள். டோன்ட்... ஒரி... பேஷா வருவான்.

"டெய்லி ஏதாவது பாடிகிட்டு, ஆட்டிகிட்டு இருக்கான். இவன் பெரிய இசை மேதையா... வந்தா... எங்க குடும்பத்துக்கே... ரொம்ப மரியாதையாவும் பெருமையாவும் இருக்கும்."

"ஒண்ணு தெரியுமோ... என்கிட்ட பாட்டு கத்துண்டாவா இன்னைக்கு சினிமால ஓ... ஹோன்னு வந்திருக்கா... உங்க பையன் முகத்துல சங்கீத லட்சணம் இருக்கு... அவனை அமோகமா கொண்டாந்துடுறேன்."

"நன்றி சார்."

"சரி நீங்க ஆத்துக்கு போங்க. இன்னைக்கு நல்ல நாள். ஜோரா இப்பவே கிளாஸ்ச ஸ்டார்ட் பண்ணிடுறேன்."

"ராமனாதா... ஆரம்பிக்கலாமா...?"

"சரி சார்."

சரளி வரிசை. ச... ரி... க... ம... ப... த... நி... ச... , ச... நி... த... ப... ம... க... ரி... ச...

சுவாமிநாதனிடம் பாட்டுக் கற்றுக் கொண்டு மாலை நேரங்களில் சாதகம் செய்து வந்தான் இராமநாதன். பள்ளியில் உடன் படிக்கும் மாணவர்களோடு இணக்கமான நட்பை மேற்கொள்ளமாட்டான். சசிரேகாவிடம் மட்டும் அவன் அன்போடு பழகுவான். தன்னுடைய இசை சிந்தனையைக் கூறி அவளை வியக்க வைப்பான். நாளுக்கு நாள் படிப்பில் கவனம் இழந்து நூற்றுக்கு... நாற்பது மற்றும் முப்பத்தைந்து மதிப்பெண்கள் பெற்று வந்த நிலை மாறி ஒவ்வொரு பாடத்திலும் பத்து, பதினைந்து மதிப்பெண்கள் வாங்கினான். முட்டி மோதி எட்டாம் வகுப்பு வரை படித்தான்.

இனிமேல் நான் பள்ளிக்குச் செல்லமாட்டேன். பாட்டு கிளாஸ், கீஃபோர்டு கற்றுகொள்ளப் போவதாக அறிவித்தான் இராமநாதன். இவனது இசைத் திறமையின் மீது அபார நம்பிக்கை வைத்த பெற்றோர் அவன் விருப்பத்தை நிறைவேற்றவே துடியாய்த் துடித்தார்கள்.

வீட்டில் இராமநாதனின் பாட்டு சத்தம் அளவுக்கு அதிகமான கர்ஜனையோடு கேட்க ஆரம்பித்தது. இந்தத் தெருவில் ஒரு பாடகன் இருக்கிறான் என்று காணப்படுவதற்காகவே இராமநாதன் சத்தம் போட்டுப் பாடினான். இவனுடைய முதல் அரங்கேற்றம் 'நாலுகால் மண்டபம் வீதியிலுள்ள பெருமாள் கோவிலில்' நடந்தது. மோகன ராகத்தில் அமைந்த... 'ஏன்? பள்ளி கொண்டீரய்யா... ஸ்ரீ ரங்கநாத' என்ற பாடலைப் பாடினான். "எப்படி உள்ள பாட்ட... இப்படிப் பாடுறான் பாறேன்... இவன யாரு பாடச் சொல்லி கேட்டா..." என்று அங்கே சங்கமித்திருந்தவர்கள் முகம் சுளித்தார்கள்.

சௌந்தரின் வீட்டுக்கு இந்து சமய அறநிலையத்துறையில் பணியாற்றக்கூடிய பட்சிராஜன் வந்தார். "அவன் சொல்றத கேட்டுகிட்டு.... நீங்க ஸ்கூலுக்கு அனுப்பாம இருக்கிங்க... இவனுக்கு வாழ்க்கைய பத்தி என்ன தெரியும்." என்று சௌந்தரிடம் கேட்டார்.

"உங்க புள்ள படிச்சி இப்ப என்ன பண்ணுறான். எல்.ஐ.சி ஆபீஸ்ல கிளார்க்கா இருக்கான். எம்... புள்ள இன்னும் கொஞ்ச நாள்ல கோடிக்கணக்குல சம்பாதிப்பான்."

“சௌந்தரு... நீ உலகம் புரியாம பேசுற... கோயில்ல இவன் பாடுனத நீ கேட்டியா...? தெருக்காரங்க என்ன சொன்னாங்க தெரியுமா...?

“அவுங்கெல்லாம் பொறாமையில இவன் நல்லா பாடினாலும் நல்லாயில்லன்னு தான் சொல்லுவாங்க. நாளைக்கு இந்தத் தெருவுக்கே... என் புள்ள அடையாளமா... இருக்க போறான். நீ பாக்கத் தானே போற...”

“யோவ்... நான் சொல்லறது உனக்குப் புரியுதா... இல்லையா...”

“நல்லாவே புரியுது.” நீயும் இந்தத் தெருக்காரனுங்க மாதிரிப் பொறாமையில பேசுற...”

“நான் உனக்கு ஒரு நல்லத சொல்ல வந்தேன். அது உனக்கு இப்ப புரியாது.”

“எனக்கு தெரியாதா... நல்லது, கெட்டது...”

“உங்கிட்ட பேசி என் நேரம் வேஸ்ட்.” நான் போறேனென்று தோளில் கிடந்த துண்டை உதறிப் புறப்பட்டார் பட்சிராஜன்.

அய்யம்பேட்டையிலிருந்து கொண்டு ஐந்து ஆண்டுகளாகப் பாட்டு மற்றும் சில இசைக் கருவிகளை வாசிக்கும் முறைகளை இராமநாதன் கற்றுக் கொண்டான். மேலும் இசை நுணுக்கங்களைத் தெரிந்து கொள்ள ஆசைப்பட்டதினால் சென்னை செல்ல முடிவெடுத்து தன் தந்தையிடம் கோரிக்கை வைத்தான். “அப்பா... மியூசிக்ல கத்துகிறதுக்கு நெறையா இருக்கு. நம்ம ஊருல... கிஃபோர்டு சொல்லிக் கொடுக்குற மாஸ்டர் சரியில்ல. நான் சென்னைக்குப் போறேன். இன்னும் மியூசிக்க... தெளிவா சொல்லித்தர மாஸ்டர்ட... அதிகமா கத்துகுறேன். அப்படியே.... சினிமாவுக்கும் ட்டிரை... பண்ணுறேன்.”

“அங்க போயி... எப்படிப்பா... தனியா இருப்ப...? சாப்பாட்டுக்கு என்ன பண்ணுவ....?”

“ஹோட்டல்ல சாப்பிட்டுகிறேன்.”

“ஹோட்டல்லயா....”

“ஆமாம்பா....”

“ஹோட்டல் சாப்பாடு உடம்புக்கு ஒத்துக்காது. வயிறு கோளாறு வரும். சமச்சி சாப்பிடு...”

“சரிப்பா.”

“துணைக்கு அம்மாவா வேணும்னா... கூட்டிட்டுப் போயேன்....”

“வேணப்பா... நீங்க சாப்பாட்டுக்கு ரொம்ப கஷ்டப்படுவீங்க. உங்க உடம்புக்கு ஒத்துகிற சமையல அம்மாவ தவிர வேறு யாராலயும் செய்ய முடியாது. அம்மா உங்க கூடவே இருக்கட்டும். நான் பாத்துக்கிறேன்.

சௌந்தர் சிரித்துக்கொண்டே... “நீ சொல்றது க்கரைட்டு தான்” என்றார் .

சௌந்தரையும், சகுந்தலாவையும் கண்ணீர் மல்க பிரியா... விடை பெற்று சென்னை வளசரவாக்கத்தில் வந்து தங்கினான் இராமநாதன். காலை ஏழு மணிக்கு வளசரவாக்கத்திலிருந்து பெசன்ட் நகருக்கு... பியோனோ வகுப்பிற்குச் சென்று வந்தான். தினந்தோறும் தன்னுடைய வாழ்க்கை முறை பற்றியும், இசை வகுப்பைப் பற்றியும் தாய், தந்தையரிடம் விவரித்துச் சொல்லி வந்தான். தன் ஊரிலிருந்து வந்து சென்னையில் வேலை பார்த்துக் கொண்டிருந்த சங்கர்... தக்க சமயத்தில் ஒரு புதுப்பட இயக்குனரைச் சந்திக்க இராமநாதனை அழைத்துப் போனான். “தம்பி சின்ன பையனா... இருக்கியே. இந்தப் படம் ‘வில்லேஜ் சப்ஜெக்ட்’. இதுக்குப் பாட்டு கம்போஸ் பண்ணிடுவியா...?” என்று இராமநாதனிடம் இயக்குனர் கேட்டார்.

“அதெல்லாம் போட்டுடுவேன் சார். என்ன நம்புங்க.”

“ஏதாவது நீ... பாட்டுப் போட்டு வச்சிருக்கியா... தம்பி.”

“இருக்கு சார்.”

“எங்க... பாடு”

இராமநாதன் பாடினான்.

“நல்லா... இருக்கே... நான் இரண்டு ‘சுட்சிவேசன்’ சொல்றேன். டியூன் போட்டு எடுத்துட்டு வா... எனக்குப் புடிச்சிருந்தா... யூஸ் பண்ணிக்கிறேன். என்ன அவ்வளவு சீக்கிரம் ‘சேட்டிஸ்பை’ பண்ண முடியாது.”

“ஓ கே சார்.”

இரவு முழுவதும் தூங்காமல் கம்பியூட்டரையும், கிஃபோர்டையும் நோண்டி இரண்டு டியூனை ரெடி செய்துவிட்டான் இராமநாதன். காலை எட்டு மணிக்கு சங்கருக்கு கால் செய்தான்.

“ஷங்கர்... டியூன் போட்டுடேன். டைரக்டர... பாக்க போலாமா?

“அதுக்குள்ளேயேவா... டியூன் போட்டுட...”

"டியூன் ரெடி தான்."

"சரி... இரு... டைரக்டரருக்கு கால்.... பண்ணி... அப்பொய்ண்ட்மென்ட் வாங்கிட்டு கூப்பிடுறேன்."

சங்கர் ஐந்து நிமிடம் கழித்து ராமநாதனுக்கு அலைபேசியில் அழைத்து இன்று இரவு பத்து மணிக்கு 'ஹோட்டல் பீமாஸ்க்கு' டைரக்டர் வரச் சொன்னதாகச் சொன்னான்.

இன்றைய நாளிலிருந்து தன் வாழ்க்கை வெகு விரைவாக மாறிவிடுமென்று உறுதியாகி மகிழ்ச்சியை மனதெங்கும் பரவச் செய்து காத்திருந்து இரவு பத்து மணிக்கு ஹோட்டல் பீமாஸ்க்கு ஷங்கரும், இராமநாதனும் சென்றடைந்தார்கள்.

சுற்றிலும் வெள்ளை நிறமாகவே காட்சியளித்த அறையில் உயர்தர நாற்காலியில் அமர்ந்திருந்தார் திரைப்பட இயக்குனர்.

"டியூனை வாசிக்க சொன்னார்."

"ஆர்மோனியத்தில் டியூனை வாசித்துக் காண்பித்தான்.

இயக்குனருக்கு ரொம்பவே பிடித்திருந்தது.

"நீ தாப்பா... என் படத்துக்கு மியூசிக் டைரக்டரு..."

"திரும்ப வாசி..."

மீண்டும் வாசித்தான்.

"வாவ் சூப்பர். உன்ன ரொம்ப சாதரணமா. நினைச்சிட்டேன். அருமையா... கம்போஸ் பண்ணி இருக்க..."

"தேங்க்யூ சார்."

கருப்பு நிறப் பையிலிருந்து ஒரு லட்சம் ரூபாயை எடுத்து இராமநாதனுக்கு அட்வான்ஸ் கொடுத்தார் டைரக்டர்.

"ரொம்ப நன்றி சார். நான் இத எதிர்பார்க்கவே இல்ல. சர்பிரைஸ் பண்ணிட்டீங்க..."

அட்வான்ஸ் வாங்கிய பணத்தில் ஆசைக்காகவும் தன் பாதுகாப்பிற்காகவும் நாய் ஒன்றை வாங்க எண்ணினான் இராமநாதன். தி.நகரிலுள்ள பெட் ஷாப்க்கு சென்று அங்கே 'பொமரேனியன்' நாய் பற்றி விசாரித்தான். அவர்கள் 'பஃக் டாக்' சிறந்தாக இருக்கும் என்று சொல்லிக் காண்பித்தார்கள். அந்த டாக்கை இராமநாதனுக்குப் பிடிக்கவில்லை. விருகம்பாக்கத்லுள்ள பெட்

ஷாப்பில் 'பொமரேனியனை' கண்டடைந்தான். அவனுக்கு அந்த கணத்தில் பொமரேனியனையும் பிடிக்கவில்லை. அங்கேயிருந்த "லெசாப்சோ" டாக்கை தேர்ந்தெடுத்துக் கொண்டான். காரில் லெசாப்சோவை வீட்டிற்கு அழைத்து வந்தான். கொலை வெறி கொண்டு குரைக்க ஆரம்பித்தது. 'பெடிகிரி' கொடுத்தான். ரசித்து, ருசித்து தின்றது. லெசாப்சோவிற்கு... மனோகரா... என்று பெயர் வைத்தான். "நாய்க்கு எதுக்கு? மனோகரா என்று பெயர் வச்சீங்க..." என்று யாரவது கேட்டால்... "என் உயிர் நண்பன் மனோகர் இறந்துவிட்டான். அவனால் தான் எனக்கு 'லெசாப்சோ டாக்' பற்றியே தெரியும். அவன் நினைவாக அவன் பெயரையே வைத்தேன்" என்று பெயர்க் காரணம் சொல்வான்.

அடுத்த டியூன் போட்டாச்சா... என்று இயக்குனரிடமிருந்து இராமநாதனுக்கு போன் வந்தது.

"சார் இன்னைக்கு ரெடி ஆகிடும்."

"சீக்கிரம் முடிங்க. ரெண்டு நாள்ல... சாங் ரெக்கார்டிங் போகணும்."

"உறுதியாக.... முடிக்கிறேன்.சார்..."

"இப்ப ஏதாவது ஓர்க் பண்ணி வச்சிருக்கீங்களா...?"

"கொஞ்சம் ரெடி பண்ணிருக்கேன் சார்."

"குயிக்கா... முடிங்க...."

"கண்டிப்பா... உங்களுக்கு டுமாரோ... டியூன் வந்து சேரும்."

"இப்ப... தான் சார் லெசாப்சோ... டாக் வாங்கி வந்தேன்."

"டாக்கா...."

"எஸ்."

"எனக்கு இந்த நாய்... பேய் வளக்குறதுல இன்ட்ரஸ்ட் இல்ல"

"அப்படியா சார்."

ஆமாம்.

"எனக்கு டாக்ன்னா... ரொம்ப பிடிக்கும் சார்."

"ஓ... உங்களுக்கு எப்படி டாக் வளர்க்குறதும் புடிக்குமோ அதே போல எனக்கு மரம், செடி, கொடி வளர்க்க ரொம்ப புடிக்கும். என் வீட்டுல ஸ்நேக் பிளான்ட், மணி பிளான்ட், லக்கி பேம்போ, ஃபோன்சாய், துளசி, கற்றாழை செடிங்க... இருக்கு. நாளைக்கு என் வீட்டிற்கு வாங்க... காட்டுறேன்.

"டியூனோட வறேன் சார்."

"ஓ கே"

"ஃபாய்"

"ஃபாய்"

"குட் நைட். டேக் கேர்."

"குட் நைட்."

அடுத்த நாள் இயக்குனர் வீட்டுக்கு இராமநாதன் சென்றான். டியூனை போட்டுக் காண்பித்தான். தான் எதிர்பார்த்ததை விடவும் இந்த டியூன் சிறப்பாக இருப்பதாகவும் வருகிற வெள்ளிகிழமை ரெகார்டிங் போகலாம் என்றும் இயக்குனர் உறுதி அளித்தார்.

தனக்கு இப்படி ஒரு வாய்ப்பு இவ்வளவு எளிதாக வந்ததை நினைத்து மிகவும் பெருமைப்பட்டுக் கொண்ட இராமநாதன் தன் பெற்றோரிடம் பாடல் ஒலிப்பதிவு செய்யப் போவதைப் பெருமையாகச் சொல்லிக் கொண்டிருந்தான்.

வெள்ளிக்கிழமை அன்று ரெக்கார்டிங் போவதற்கு டைரக்டரிடமிருந்து எந்த அழைப்பும் வரவில்லை. இராமநாதனுக்கு என்ன செய்வதென்றே புரியவில்லை. ஷங்கருக்கு போன் செய்து தகவலை சொன்னான். அவன் "இருடா பீல் பண்ணாத... நான் கால் பண்ணிக் கேக்குறேன் என்றான். அன்று முழுவதும் கால் வரவில்லை. அடுத்த நாள் இராமநாதன் வீட்டுக்கு டைரக்டர் வந்தார்.

"ஹாய்.... ப்ரோ..."

"சார் என்னாச்சி..."

"ஒரு சின்ன ப்ராபலம்."

"என்ன?

"ப்ரொடியூசர்க்கும் எனக்கும் வாக்குவாதமாகி... சண்டையில... முடிஞ்சிடிச்சி. நீயும் வேணாம், உன் பணமும் வேணானு சொல்லி அக்ரீமெண்டை அவர் மூஞ்சியில கிழிச்சிப் போட்டுட்டு வந்துட்டேன்.

"என்ன சார் சொல்றிங்க..."

"உண்மை தான்."

"இப்ப என்ன செய்றது"

நீங்க... கவலைப்படாதீங்க... இவன்லாம் எனக்கு ஒரு ஆளே... கிடையாது. இன்னும் ரெண்டு மாசத்துக்குள்ள பெரிய ப்ரொடக்சன்ல

என் கதையே சொல்லி ஓ கே பண்றேன். அதுக்கும் நீங்க தான் மியூசிக் டைரக்டர்.

"தேங்க்யூ....சார்."

"இத... சொல்லத் தான் நேர்ல வந்தேன். நல்லது நடக்கும். நான் கிளம்புறேன்."

"சரிங்க... சார்."

மிகுந்த மன வருத்தத்திலிருந்த இராமநாதன் அடுத்த கட்டமாக சினிமா தயாரிப்பு நிறுவனங்களையும், திரைப்பட இயக்குனர்களையும் சந்திக்க ஆயத்தமானான். மனோகராவிற்குத் தயிர்சாதம், சாம்பார் சாதம், தக்காளி சாதம், பிரியாணி, கல்தோசையென்று தான் சாப்பிடும் உணவையே பழக்கப்படுத்தி வந்தான். இராமநாதன் வெளியூர் செல்லும் நேரத்தில் பக்கத்து வீட்டுக்காரர்கள் மனோகராவை கவனித்துக் கொண்டார்கள். ஒரு முறை இராமநாதன் வீட்டு முன் அறையில் திருடனொருவன் நாற்காலி திருட வந்த போது இது ஏன்? குரைக்கவில்லை, காட்டிக் கொடுக்கவில்லை என்பது மட்டும் இன்றும் புரியாத மர்மமாக இருக்கிறது. குறும்படம் ஒன்றில் முக்கிய கதாபாத்திரத்தில் நடித்தது. சென்னையில் அறிமுகமான சினிமா நண்பர்களை வைத்துத் தனக்கான நட்பு வட்டத்தை அமைத்து கொண்டான் இராமநாதன். சினிமா வாய்ப்புகள் நேர்த்தியாக அமையாத காரணத்தால் மனோகராவை அவனால் துல்லியமாகக் கண்காணிக்க முடியவில்லை. மூன்று வேளை உணவளித்து வந்த இராமநாதன் அளவை குறைத்து இரண்டு வேளை மட்டுமே உணவளித்தான். "வாங்கி வந்தப்ப... எப்படி அழகா இருந்தது. இப்ப... இப்படி ஆயிடிச்சே..." என்று பலர் வருத்தப்பட்டார்கள். மிகவும் சோகமாகக் காணப்பட்டது 'மனோகரா' என்ற 'லெசாப்சோ'.

தன்னுடைய வெற்றிக்கு எது தடையாக இருக்கிறது என்பதை அறிந்து கொள்வதற்கு சென்னையில் மிக பிரபலமான ஜோதிடரை இராமநாதன் அணுகினான். அவர் சொன்ன பரிகாரங்களை மேற்கொண்டான். இருந்தபோதும் அவனுக்கு சினிமா வாய்ப்புகள் எதிர் பார்த்தது போல் கிடைக்கவில்லை. உபதொழில் வேறு ஏதேனும் கற்றுக்கொள்ளலாமா? என யோசித்துக் கொண்டிருந்தான்.

பிரியாணி சாப்பிட்டுவிட்டு எலும்புகளை கவரில் போட்டு வாங்கி வந்து... மனோகரா தின்னக் கொடுப்பான். வறுமை தலைதூக்க.... ரோட்டு கடைகளில் சாப்பிட முன் வந்ததால் மனோகராவிற்கு உயர்தர அசைவ உணவு கிடைக்காமல் நாக்கு செத்து போயி இருந்தது.

இராமநாதனின் மாமா கனகவேல் இராமநாதனின் இசைப் பயணத்தை அறிய அவனைத் தேடி வந்தார். கம்பீரமற்றுக் கிடந்த அவனைக் கண்டு “என்ன மாப்புள ரொம்ப எளச்சிட்ட...”

“நல்ல தான் இருக்கேன்.”

“போன வருஷம் உன்ன பாத்ததுக்கும் இந்த வருஷம் உன்ன பாக்குறதுக்கும் நெறைய வித்தியாசம் இருக்கே...”

“அப்படியா...”

“ஆமாம்.”

“ரொம்ப வீக்கா இருக்கே. இந்த நாய். இப்படியே கண்டுக்காம வுட்டுட்டன்னா... செத்துடும் மாப்புள...”

“நாயின்னு சொல்லாதீங்க... மனோகரான்னு சொல்லுங்க...”

“ஒழுங்கா சோறு தண்ணி குடுக்காம உன்ன விடவும் ஒல்லியாகி இருக்கு. அது தப்பில்லையா...? இப்ப நான் நாயின்னு சொன்னது தான் தப்பா...?

‘இல்ல மாமா மனோகராவ... நாயின்னு சொன்னா எனக்கு ஒரு மாதிரி இருக்கு. கோவம் வருது. “

“ஓ.... அப்படி போகுதா... கத...”

“எனக்கு சரியான சினிமா வாய்ப்பு அமையமாட்டேங்குது. அன்னாடம் நான் வாழுறதுக்கே சிரமப்பட்டுக்கிட்டு இருக்கேன். மனோகராவ உங்க வீட்டுக்கு அழைச்சிட்டு போய் பாத்துக்க முடியுமா...?”

“ஓயிஃப்பு என்ன சொல்லுவான்னு தெரியலையே. கிராமத்துல இது இருக்குமா...”

“இருக்கும்.”

“நீங்க சாப்பிடுற சாப்பாட்டுல ஒரு புடி எடுத்து வைங்க அது போதும். அது பாட்டுக்கு வாலாட்டிக்கிட்டு கெடக்கும்.”

“சரி... என் கூட வந்து கிராமத்துல விட்டுட்டு வரியா...”

“வறேன் மாமா.”

இரண்டு நாள் கழித்து கனகவேலின் சொந்த ஊருக்குப் புறப்படத் தயாரானார்கள். காரில் மனோகராவை அமர வைத்தான். நடப்பது என்னவென்று தெரியாது. பரிதாபமாக... காரின் ஜன்னலில் வேடிக்கை பார்த்துக் கொண்டிருந்தது. இருநூற்று முப்பத்து எட்டு கிலோமீட்டரைக் கடந்து ரெட்டிபட்டியை அடைந்தார்கள். புதிய உருவில் துள்ளிய

மனோகராவை மற்ற தெரு நாய்களும், ஊரில் உள்ளவர்களும் கண்டு திகைத்தார்கள்.

நாயைப் பிரிந்து வந்த இராமநாதனுக்கு அது பெரும் இழப்பாக தோன்றவில்லை. அவன் சென்னையில் தன்னை நிலை நிறுத்திக் கொள்வதிலே குறியாக இருந்தான். இராமநாதனைப் பிரிந்த மனோகரா உடல் நலமற்று நாளுக்கு நாள் நலிவடைந்து அவர்கள் வைக்கும் எந்த உணவையும் சாப்பிடாமல் வாடியது.

மூன்றாம் நாள் காலை வாக்கிங் போவதற்கு எழுந்த கனகவேல் மனோகராவைத் தேடிய போது... அதனைக் காணவில்லை.

"ஏய்... சாந்தி... சாந்தி... மனோகராவ காணல டி... எங்க போனது."

"அது எங்க போனதோ... எனக்கு என்ன தெரியும். போனா போகட்டும். உங்களுக்குக் கிடைக்கிறதே... இந்த ஒரு நாள் லீவு. கொல்லப் பக்கம் ஒரே... செடியா... வளந்து கெடக்கு. பாம்பு வந்து அண்டுது. மம்மட்டிய... எடுத்துத் தேவையில்லாத செடிய வெட்டிக் கொல்லைய சுத்தம் பண்ணுங்க..."

"ஏ... என்ன டி கொஞ்சம் கூட உன் மனசுல ஈரமே இல்லையா...! நாய... காணலயேன்னு நானே பதறிக் கேட்டுகிட்டு இருக்கேன். நீ செடிய வெட்டு, கொடிய கட்டுன்னு சொல்லிட்டு இருக்க..."

"அந்த நாயி... வந்த பிறகு தான் புள்ளைங்க ரெண்டும் ஒழுங்கா படிக்காம போனாங்க. நம்ப வாங்கி திங்கிறதுல அதுக்கும் கொஞ்சம் குடுக்க வேண்டியிருக்கு. நமக்கு வெட்டி செலவு. அது போனதே சந்தோசம்னு நெனச்சி ஒரு கும்புடு போட்டுட்டு வேலைய பாருங்க..."

கனகவேலின் பிள்ளைகள் லெசாப்சோ வீட்டை விட்டு போனதை நினைத்து அழுது கொண்டிருந்தார்கள்.

"ஏன் அழறீங்க...? இன்னைக்குள்ள கண்டுபுடிச்சிடலாம். அழாதீங்க."

"அப்பா... அப்பா... எப்படியாவது இன்னைக்கு மனோகராவ வீட்டுக்குக் கொண்டு வந்திடுங்க..."

"சரிடா... நீங்க கேட்ட பொம்மைக் கார் வாங்கித் தந்தேனா... இல்லையா... சொல்லுங்க..."

"வாங்கித் தந்திங்க..."

"அதே போல உங்களுக்குக் கண்டிப்பா இன்னைக்கு சாயங்காலத்துக்குள்ள டாக்க கூட்டிட்டு வந்திடுவேன்."

"சரிப்பா..."

கனகவேல் பைக்கை எடுத்துக் கொண்டு தெருத்தெருவாக மனோகராவை தேடிக் கொண்டிருந்தார்.

சென்னையில் இராமநாதன் திரைப்பட இயக்குனர்கள், தயாரிப்பாளர்கள் வீட்டின் கதவைத் தட்டிக் கொண்டிருந்தான்.

O